மக்தூப்

தமிழில் வெளிவந்துள்ள
பாலோ கொயலோவின் பிற நூல்கள்

ரசவாதி
வில்லாளன்
சஹீர்

மக்தூப்

பாலோ கொயலோ

'ரசவாதி'

நூலுக்கான ஓர் உத்வேகமூட்டும் துணை நூல்

தமிழில்:

நாகலட்சுமி சண்முகம்

MANJUL

மஞ்சுள் பப்ளிஷிங் ஹவுஸ்

First published in India by

MANJUL

Manjul Publishing House
Corporate and Editorial Office
•2nd Floor, Usha Preet Complex, 42 Malviya Nagar, Bhopal 462 003 – India
Sales and Marketing Office
•C-16, Sector 3, Noida, Uttar Pradesh 201301 – India
Website: www.manjulindia.com
Distribution Centres
Ahmedabad, Bengaluru, Bhopal, Kolkata, Chennai,
Hyderabad, Mumbai, New Delhi, Pune

Tamil translation of *Maktub* by *Paulo Coelho*

This edition was published by arrangements with Sant Jordi Asociados Agencia Literaria S.L.U., Barcelona, Spain
www.santjordi-asociados.com
http://paulocoelhoblog.com

This edition first published in 2024

ISBN 978-93-5543-467-8

Jacket design by Jim Tierney
Author photograph © Xavier González

Translated by: Nagalakshmi Shanmugam
Edited by PSV Kumarasamy
Layout by: Manoranjan Kumar

Printed and bound in India by Thomson Press (India) Ltd.

பாவமின்றிக் கருத்தரித்த மரியாவே, உம்மை நாடி வரும் எங்களுக்காகப் பிரார்த்தனை செய்வீராக! ஆமென்

நா சீகா, பெட்ரீசியா கேஸ், எடினோ, அல்சினோ
லீட் நேட்டோ ஆகியோருக்காக

பிதாவே! வானத்துக்கும் பூமிக்குமான ஆண்டவரே! நீவிர் இவற்றை ஞானிகளுக்கும் கல்விமான்களுக்கும் மறைத்து, பாலகருக்கு வெளிப்படுத்தினபடியால், உம்மை நான் தொழுகிறேன்.

லூக்கா 10:21

நாம் தொடங்குவதற்கு முன்

'மக்தூப்' என்ற இந்நூல், அறிவுரைகள் வழங்குகின்ற ஒன்றல்ல, மாறாக, இது அனுபவங்களின் ஒரு பரிமாற்றமாகும்.

இதன் பெரும் பகுதி, எனக்கும் என் ஆசானுக்கும் இடையேயான நீண்ட பத்தாண்டுகாலப் பரிச்சயத்தின் ஊடாக அவர் எனக்கு வழங்கிய போதனைகளை உள்ளடக்கியுள்ளது. மற்றக் கதைகள், என்னுடைய நண்பர்களும், நான் ஒரே ஒரு முறை மட்டுமே சந்தித்த, ஆனால் மறக்கப்பட முடியாத ஒரு செய்தியை என்னிடம் விட்டுச் சென்ற மக்களும் என்னிடம் பகிர்ந்து கொண்டவையாகும். இறுதியாக, நான் படித்துள்ள நூல்களும், ஜெசுவிட் அந்தோணி டி மெல்லோ கூறுவதுபோல, மனித இனத்தின் ஆன்மிக மரபுக்குச் சொந்தமான கதைகளும், இந்நூலுக்குப் பங்களித்துள்ளன.

'ஃபோல்ஹா டி சாவோ பாலோ' என்ற நாளேட்டின் அப்போதைய பதிப்பாசிரியரான அல்சினோ லீட் நேட்டோ எனக்கு விடுத்த ஒரு தொலைபேசி அழைப்பிலிருந்து பிறந்ததுதான் 'மக்தூப்'. அப்போது நான் அமெரிக்காவில் இருந்தேன். தன்னுடைய நாளேட்டிற்கு ஒரு தினசரிப் பத்தி எழுதித் தருமாறு அல்சினோ முன்வைத்தக் கோரிக்கையை,

நான் என்ன எழுதுவேன் என்பது பற்றிய எந்தத் தெளிவான யோசனையும் இல்லாமலேயே நான் ஏற்றுக் கொண்டேன். அந்தச் சவால் உற்சாகமூட்டுவதாக இருந்ததை நான் கண்டேன். எனவே, அதை முன்னெடுத்துச் செல்வதென்று நான் தீர்மானித்தேன். சாகசங்கள் இல்லாத ஒரு வாழ்க்கை ஒரு வாழ்க்கையா?

ஆனால், அந்த தினசரிப் பத்தியை எழுதுவதற்கு நான் எவ்வளவு அதிகமான உழைப்பை முதலீடு செய்ய வேண்டியிருக்கும் என்பதை நான் உணர்ந்தபோது, நான் அந்த முயற்சியைக் கிட்டத்தட்டக் கைவிட்டுவிட்டேன். என்னுடைய புத்தகங்களை மக்களிடையே பிரபலப்படுத்துவதற்காக நான் வெளிநாடுகளுக்கு அடிக்கடிப் பயணங்கள் மேற்கொள்ள வேண்டியிருந்ததால், இந்த தினசரிப் பத்தி எழுதும் வேலை உண்மையிலேயே ஒரு பெரும் தொல்லையாக ஆயிற்று. இருப்பினும், ஒரு வாசகரிடமிருந்து எனக்கு வந்த ஒரு கடிதம், ஒரு நண்பர் என்னிடம் கூறிய ஒரு கருத்து, ஒருவர் தன்னுடைய பர்சில் வைத்திருந்த சில புகைப்படங்களை என்னிடம் காட்டியது போன்றவை உட்பட, அனைத்து அறிகுறிகளுமே, நான் என் முயற்சியைத் தொடர வேண்டும் என்று என்னிடம் தொடர்ந்து வலியுறுத்திக் கொண்டிருந்தன.

நான் எழுதியவற்றைப் பாரபட்சமின்றியும் நேரடியாகவும் எழுதுவது எப்படி என்பதை நான் படிப்படியாகக் கற்றுக் கொண்டேன். நான் எப்போதும் தள்ளிப்போட்டு வந்திருந்த மறுவாசிப்பை இப்போது நான் அதிகமாகச் செய்ய வேண்டியிருந்தது. ஆனால், அந்தக் கதைகளிடம் மீண்டும் போய் வந்தது எனக்குப் பேரின்பத்தைக் கொண்டுவந்தது.

என்னுடைய ஆசானின் வார்த்தைகளை நான் அதிகக் கவனமாகக் கருத்தில் எடுத்துக் கொள்ளத் தொடங்கினேன். என்னைச் சுற்றி நிகழ்ந்து கொண்டிருந்த அனைத்தையும் மக்தூப் நூலை எழுதுவதற்கான இன்னொரு காரணமாக நான் பார்க்கத் தொடங்கினேன்.

இவை அனைத்தும் என்னை மேம்படுத்துபவையாகவும் செறிவூட்டுபவையாகவும் இருந்ததை நான் கண்டேன். இன்று, இந்த தினசரிப் பத்தி எழுதும் வேலை எனக்குக் கிடைத்திருந்தது குறித்து நான் மிகவும் நன்றியுடையவனாக இருக்கிறேன்.

இந்தப் புத்தகத்திற்காக, 1993 ஆம் ஆண்டு ஜூன் 10 ஆம் நாளுக்கும் 1994 ஆம் ஆண்டு ஜூன் 11 ஆம் நாளுக்கும் இடையே 'ஃபோல்ஹா டி சாவோ பாலோ' நாளேட்டில் வெளிவந்திருந்த கதைகளிலிருந்து நான் தேர்ந்தெடுத்துள்ளேன். மற்றக் கதைகள், 'வாரியர் ஆஃப் த லைட்' என்ற நூலில் பதிப்பாகியிருந்தன. 'மக்தூப்', 'வாரியர் ஆஃப் த லைட்' ஆகிய இரண்டு நூல்களையும் 'ரசவாதி' நூலின் துணை நூல்களாக நீங்கள் படிக்கலாம்.

அந்தோணி டி மெல்லோ தன்னுடைய கதை நூல்களில் ஒன்றின் முன்னுரையில், ஒரு நூலாசிரியரின் பங்கு குறித்து இவ்வாறு கூறியுள்ளார்: "ஒரு நூலாசிரியரின் பணி, நெசவாளி மற்றும் சாயமேற்றுபவருடைய வேலையாக மட்டுமே இருந்து வந்துள்ளது. பருத்திக்கும் நூலுக்குமான பெருமையை அவர் எடுத்துக் கொள்வதில்லை."

நானும் அப்படித்தான்.

பாலோ கொயலோ

அந்தப் பயணி, ஒரு புறநகர்ப் பகுதியின் நடுவே அமர்ந்து கொண்டு, தன் முன்னால் இருந்த எளிய வீட்டைப் பார்த்துக் கொண்டிருக்கிறார். முன்பு ஒரு முறை அவர் தன்னுடைய நண்பர்களுடன் அங்கு வந்திருந்தார். ஆனால், அப்போது அவர் கவனித்திருந்ததெல்லாம், அந்த வீட்டின் கட்டமைப்புப் பாணிக்கும், நெடுங்காலத்திற்கு முன்பு வாழ்ந்திருந்த, ஆனால் அந்தப் புறநகர்ப் பகுதியில் ஒருபோதும் கால் பதித்திராத அந்தோணி காடி என்ற ஒரு காட்டலான் கட்டடக் கலைஞரின் பாணிக்கும் இடையேயான ஒற்றுமையை மட்டும்தான்.

அந்த வீடு, ரியோ டி ஜெனீரோவில் காபு ஃபிரியோ என்ற இடத்திற்கு அருகே அமைந்துள்ளது. அந்த ஒட்டுமொத்த வீடும், கழித்துக்கட்டப்பட்ட, உடைந்த பொருட்களைக் கொண்டு கட்டப்பட்டுள்ளது. 1899 இல், அதன் உரிமையாளரான காபிரியலுக்கு ஒரு கனவு தோன்றியது. அதில் ஒரு தேவதூதர் அவரிடம் இவ்வாறு கூறினார்: “உடைந்த பொருட்களைக் கொண்டு ஒரு வீட்டைக் கட்டு.” அதைத் தொடர்ந்து, உடைந்த பானைகள் மற்றும் பாத்திரங்கள், கீறல் விழுந்த கூரை ஓடுகள், தட்டுகள் ஆகியவற்றைக் காபிரியல் சேகரிக்கத் தொடங்கினார். அவர் தன்னுடைய அந்த வேலையைப் பற்றிக் குறிப்பிட்டபோது, “உடைந்த துண்டுகள் ஒவ்வொன்றும் அழகான ஏதோ ஒன்றாக உருமாறின,” என்று கூறினார். முதல் நாற்பது ஆண்டுகளுக்கு, உள்ளூர் மக்கள், அவருக்குப் பைத்தியம்

பிடித்திருக்க வேண்டும் என்று முடிவு செய்தனர். ஆனால், ஒரு சில சுற்றுலாப் பயணிகள் அந்த வீட்டைக் கண்டுபிடித்து, அதைப் பார்ப்பதற்குத் தங்களுடைய நண்பர்களையும் அழைத்து வரத் தொடங்கியபோது, காபிரியல் ஒரு படைப்பு மேதையாக ஆகிவிட்டார். இருந்தாலும், அந்தப் புதுமை விரைவில் தேய்ந்து மறைந்து போயிற்று. காபிரியல் மீண்டும் புறந்தள்ளப்பட்டார். அவர் மீண்டும் அடையாளமற்ற ஒருவராக ஆகிப் போனார். ஆனாலும், அவர் தன் வீட்டின் கட்டுமானப் பணியைத் தொடர்ந்தார். அவருக்குத் தொண்ணூற்று மூன்று வயதாக இருந்தபோது, கடைசிக் கண்ணாடித் துண்டை அதன் இடத்தில் பொருத்திவிட்டு அவர் இறந்துவிட்டார்.

அந்தப் பயணி ஒரு சிகரெட்டை எடுத்துப் பற்ற வைத்துவிட்டு, மௌனமாக அதைப் புகைக்கலானார். இன்று, அவர் காபிரியலின் வீட்டுக்கும் அந்தோணி காடியின் கட்டடக்கலைக்கும் இடையேயான ஒற்றுமையைப் பற்றிச் சிந்தித்துக் கொண்டிருக்கவில்லை. அவர் அந்த உடைந்த துண்டுகளைப் பார்த்தபடி, தன்னுடைய சொந்த இருத்தலைப் பற்றி அசைபோட்டுக் கொண்டிருக்கிறார். பிற ஒவ்வொருவரின் இருத்தலைப்போலவே, அவருடையதும், அவரைச் சுற்றி நிகழ்ந்துள்ள அனைத்தின் துண்டுகளால் ஆனதுதான். ஆனால், ஒரு குறிப்பிட்டக் கட்டத்தில், அந்தத் துண்டுகள் வடிவம் எடுக்கத் தொடங்குகின்றன.

அந்தப் பயணி தன் கையிலுள்ள தாள்களைப் படித்துக் கொண்டே, தன்னுடைய கடந்தகாலத்தின் ஒரு சிறு பகுதியை நினைவுகூர்கிறார். இவை அவருடைய வாழ்வின் துண்டுகளும்கூட: அவர் எதிர்கொண்ட அனுபவங்கள்; புத்தகங்களில் படித்த, மறக்கப்பட முடியாத விஷயங்கள்; அவருடைய ஆசானின் போதனைகள்; அவருடைய நண்பர்களும் மற்றவர்களும் அவரிடம் கூறிய கதைகள்; அவருடைய சொந்தக் காலம் மற்றும் அவருடைய தலைமுறையின் கனவுகள் பற்றிய அசைபோடுதல்கள்.

ஒரு தேவதூதர் தன்னை அணுகியதுபோலக் கனவு

கண்டு, அதைத் தொடர்ந்து, உடைந்த துண்டுகளைக் கொண்டு ஒரு வீட்டைக் கட்டிய காபிரியலைப்போலவே, இப்போது அந்த வீட்டைப் பார்த்துக் கொண்டிருக்கின்ற இந்தப் பயணியும், தன்னுடைய சொந்த ஆன்மிகக் கட்டமைப்பைப் புரிந்து கொள்வதற்காகத் தன் கையிலிருக்கும் காகிதங்களை ஒழுங்குபடுத்த முயன்று கொண்டிருக்கிறார். தான் ஒரு குழந்தையாக இருந்தபோது, மல்பா தகான் எழுதிய 'மக்தூப்!' என்ற நூலைத் தான் வாசித்ததை நினைவுகூர்ந்து அவர் இவ்வாறு சிந்திக்கிறார்:

"ஒருவேளை நானும் இதைத்தான் செய்ய வேண்டும்போலும்."

அந்த ஆசான் இவ்வாறு கூறுகிறார்:

மாறுவதற்கான நேரம் வந்துவிட்டிருப்பதை நாம் உணரும்போது, அக்கணம்வரையிலான நம்முடைய அனைத்துத் தோல்விகளையும் காட்டுகின்ற ஒரு படத்தை நம்மையும் அறியாமல் நாம் நம் மனத்தில் ஓடவிடத் தொடங்குகிறோம்.

நமக்கு வயது ஏற ஏற, நாம் அனுபவிக்கின்ற கடினமான கணங்களும் அதிகரித்துக் கொண்டே போகின்றன. இருப்பினும், அதே நேரத்தில், அந்தத் தோல்விகளிலிருந்து மீண்டு, நாம் தொடர்ந்து முன்னோக்கி நடைபோடுவதற்கான ஒரு பாதையைக் கண்டுபிடிப்பதற்கான வழிகளை அனுபவம் நமக்குக் கொடுத்துள்ளது. அதையும் நாம் நம்முடைய மனக் காணொளியில் சேர்த்துக் கொள்ள வேண்டும்.

நம்முடைய தோல்விகளைக் காட்டுகின்ற காணொளியை மட்டுமே நாம் பார்த்தால், நாம் செயலிழந்து முடங்கிப் போய்விடுவோம். நம்மால் எந்த நடவடிக்கையும் எடுக்க முடியாமல் போய்விடும். அதேபோல, நம்முடைய வெற்றிகளைக் காட்டுகின்ற காணொளியை மட்டுமே நாம் பார்த்தால், உண்மையில் நமக்கு இருக்கும் அறிவைவிட அதிக அறிவு படைத்தவராக நம்மை நாம் நினைத்துக் கொள்வோம்.

நமக்கு அந்த இரண்டு காணொளிகளுமே தேவை.

ஒரு கம்பளிப்புழுவைக் கற்பனை செய்து கொள்ளுங்கள். மேலே பறந்து திரிகின்ற பறவைகளைப் பார்த்துக் கொண்டு, தன்னுடைய தலைவிதியையும் தன்னுடைய தோற்றத்தையும் குறித்து எரிச்சலும் கோபமும் கொண்டபடி, அது தன் வாழ்வின் பெரும் பகுதியை நிலத்திலேயே செலவிடுகிறது. "அனைத்து உயிரினங்களிலும் நான்தான் மிகவும் இழிவானவன்," என்று அது நினைக்கிறது. "நான் அசிங்கமானவன், வெறுக்கத்தக்கவன். இந்த பூமியில் ஊர்ந்து திரிந்து காலத்தைக் கழிப்பதுதான் என் தலையெழுத்து."

ஆனால், ஒரு நாள், ஒரு கூட்டை உருவாக்கும்படி இயற்கை அந்தக் கம்பளிப்புழுவைக் கேட்டுக் கொள்கிறது. அந்தக் கம்பளிப்புழு இதைக் கேட்டு அதிர்ச்சியடைகிறது: இதற்கு முன்பு அது ஒரு கூட்டை ஒருபோதும் உருவாக்கியதில்லை. தான் தன்னுடைய சொந்தக் கல்லறையைக் கட்டிக் கொண்டிருப்பதாக நினைத்து, சாவதற்கு அது தயாராகிறது. ஆனாலும், இதுவரை தான் வாழ்ந்து வந்துள்ள வாழ்க்கை குறித்தக் கோபத்துடன், அது கடவுளிடம் குறை கூறுகிறது:

"நான் நானாக இருப்பதற்கு ஒருவழியாக இப்போதுதான் நான் பழகியிருக்கிறேன். இந்த நிலையில், என்னிடம் இருக்கின்ற கொஞ்சநஞ்சத்தையும் இப்போது நீங்கள் என்னிடமிருந்து பறிக்கிறீர்கள்."

அந்தக் கம்பளிப்புழு முற்றிலுமாக நம்பிக்கையிழந்து, அந்தக் கூட்டுக்குள் தன்னை அடைத்துக் கொண்டு, தன்னுடைய முடிவை எதிர்பார்த்துக் காத்திருக்கிறது.

ஆனால், ஒரு சில நாட்களுக்குப் பிறகு, தான் ஓர் அழகான வண்ணத்துப்பூச்சியாக உருமாறியிருப்பதை அது பார்க்கிறது. அந்த வண்ணத்துப்பூச்சியால் காற்றில் பறக்க முடிகிறது, மனிதர்கள் அதைக் கண்டு பிரமிக்கின்றனர். தன்னுடைய வாழ்க்கை தன்னை அழைத்து வந்திருக்கின்ற திசையையும், கடவுளின் கைவண்ணத்தையும் கண்டு அது வியந்து பூரிக்கிறது.

மக்தூப்

அந்நியர் ஒருவர் ஸ்கெட்டிஸ் மடத்தின் தலைமைத் துறவியைப் பார்க்கச் சென்றார்.

"நான் ஒரு சிறப்பான வாழ்க்கையை வாழ விரும்புகிறேன், ஆனால் ஒழுக்கக்கேடான விஷயங்களைப் பற்றிச் சிந்திப்பதை என்னால் நிறுத்த முடியவில்லை," என்று அந்த அந்நியர் கூறினார்.

வெளியே காற்று பலமாக வீசிக் கொண்டிருந்ததைக் கவனித்த அந்தத் தலைமைத் துறவி, அந்த அந்நியரிடம் இவ்வாறு கூறினார்:

"இங்கே மிகவும் சூடாக இருக்கிறது. நீங்கள் வெளியே சென்று சிறிதளவு காற்றைப் பிடித்துக் கொண்டு வந்து இந்த அறையைக் குளிரூட்ட முடியுமா?"

"அது இயலாத காரியம்," என்று அந்த அந்நியர் பதிலளித்தார்.

"கடவுளைப் புண்படுத்தக்கூடிய விஷயங்களைப் பற்றிச் சிந்திப்பதை நிறுத்துவதும் அதே அளவு இயலாத காரியமாகும். ஆனால், சபலங்களுக்கு அடிபணியப் போவதில்லை என்ற நிலைப்பாட்டை உங்களால் எடுக்க முடிந்தால், அவை உங்களுக்கு எந்த விதத்திலும் தொல்லை கொடுக்காது," என்று அந்தத் தலைமைத் துறவி கூறினார்.

பாலோ கொயலோ

அந்த ஆசான் இவ்வாறு கூறுகிறார்:

ஒரு தீர்மானம் மேற்கொள்ளப்பட வேண்டியிருக்கும்போதெல்லாம், அதை முன்னெடுத்துச் சென்று அதன் பின்விளைவுகளை ஏற்றுக் கொள்வதுதான் சிறந்தது. அந்தப் பின்விளைவுகள் என்னவாக இருக்கும் என்பதை உங்களால் முன்கூட்டியே அறிய முடியாது.

குறிசொல்லும் கலையின் நோக்கம் மனிதகுலத்திற்கு அறிவுறுத்துவதுதானே அன்றி, எதிர்காலத்தை முன்னறிவிப்பது அல்ல. அது ஒரு சிறந்த ஆலோசகர், ஆனால் ஒரு கொடூரமான தீர்க்கதரிசி.

இயேசு நமக்குக் கற்றுக் கொடுத்த வழிபாட்டில், "உம்முடைய விருப்பம் நிறைவேற்றப்படுவதாக!" என்று கூறுகிறார். அந்த விருப்பம் நமக்கு ஒரு சிக்கலைத் தோற்றுவிக்கும்போதெல்லாம், அதற்கான தீர்வையும் அது எப்போதும் உடனழைத்து வருகிறது.

குறிசொல்லும் கலை எதிர்காலத்தை ஊடுருவிப் பார்ப்பதில் எப்போதேனும் வெற்றி கண்டிருந்தால், குறிசொல்கின்ற ஒவ்வொருவரும் செல்வந்தர்களாகவும், திருமணமானவர்களாகவும், மனநிறைவுடனும் இருப்பர்.

அந்தச் சீடன் தன் ஆசானைப் பார்க்கச் சென்றான்:

"நான் பல ஆண்டுகளாக அகத் தெளிவை நாடி வந்துள்ளேன். இப்போது நான் அதற்கு மிக அருகில் வந்திருப்பதைப்போல நான் உணர்கிறேன். என்னுடைய அடுத்த நடவடிக்கை என்னவாக இருக்க வேண்டும் என்பதை நான் அறிந்து கொள்ள விரும்புகிறேன்," என்று அவன் கூறினான்.

"வாழ்க்கை நடத்துவதற்கு நீ என்ன வேலை செய்கிறாய்?" என்று அந்த ஆசான் கேட்டார்.

"இதுவரை நான் எந்த வேலையும் செய்து பணம் ஈட்ட வேண்டியிருக்கவில்லை. ஏனெனில், என் தாயும் என் தந்தையும் எப்போதும் எனக்கு ஆதரவு வழங்கி வந்துள்ளனர், ஆனால் அது இங்கு ஒரு தேவையற்றச் செய்தி."

"உன்னுடைய அடுத்த நடவடிக்கை, ஓர் அரை நிமிடம் சூரியனைப் பார்த்துக் கொண்டிருப்பதுதான்," என்று அந்த ஆசான் கூறினார்.

அந்தச் சீடன் அதற்குக் கீழ்ப்படிந்தான்.

அவனிடம் கூறப்பட்டிருந்ததை அவன் செய்து முடித்தபோது, அவனைச் சுற்றிலும் இருந்த கிராமப் பகுதியை விவரிக்கும்படி அந்த ஆசான் அவனிடம் கேட்டார்.

“என்னால் எதையும் பார்க்க முடியவில்லை. ஏனெனில், சூரிய ஒளி என் பார்வையை இருட்டடித்துவிட்டது,” என்று அந்தச் சீடன் கூறினான்.

“வெளிச்சத்தை மட்டுமே நாடி, தன்னுடைய பொறுப்புகளைத் தட்டிக்கழிக்கின்ற ஒருவனால் ஒருபோதும் அகத் தெளிவைப் பெற முடியாது. சூரியன்மீது மட்டுமே தன் கண்களை நிலைப்படுத்துகின்ற ஒருவன் இறுதியில் பார்வையற்றவனாகத்தான் ஆவான்,” என்று அந்த ஆசான் விளக்கினார்.

மக்தூப்

பிரனீஸ் மலைத்தொடரில் ஒரு பள்ளத்தாக்கின் வழியாக நடந்து சென்று கொண்டிருந்த ஒரு வழிப்போக்கன், ஆடு மேய்க்கும் முதியவர் ஒருவரை வழியில் எதிர்கொண்டான். அவன் தன்னுடைய உணவை அவரோடு பகிர்ந்து கொண்டான். பிறகு, அவர்கள் இருவரும் வாழ்க்கையைப் பற்றி நீண்ட நேரம் பேசினர்.

அப்போது அந்த வழிப்போக்கன், "நான் கடவுளை நம்புவதாக இருந்தால், தேர்ந்தெடுப்பதற்கான சுதந்திரம் எனக்கு இல்லை என்பதையும் நான் நம்ப வேண்டியிருக்கும். ஏனெனில், கடவுள் என்னுடைய ஒவ்வொரு நடவடிக்கையையும் கட்டுப்படுத்துவார்," என்று கூறினான்.

அந்த முதியவர் அவனை ஒரு கணவாய்க்கு அழைத்துச் சென்றார். அங்கே ஒவ்வோர் ஒலியும் ஒரு கச்சிதமான, தெளிவான எதிரொலியின் வடிவில் அவர்களிடம் திரும்பி வந்தது.

"இந்தக் கணவாயின் சுவர்களைப் போன்றதுதான் வாழ்க்கை. தலைவிதி என்பது ஒவ்வொரு மனிதனின் கூக்குரலாகும்," என்று அந்த முதியவர் கூறினார். "நாம் செய்கின்ற எதுவொன்றும் கடவுளின் இதயத்திடம் எடுத்துச் செல்லப்பட்டு, அதே வடிவில் நமக்குத் திருப்பிக் கொடுக்கப்படும். கடவுள் நம்முடைய செயல்களின் எதிரொலியாக நடந்து கொள்கிறார்."

பாலோ கொயலோ

‘மக்தூப்’ என்றால் ‘அது எழுதப்பட்டுவிட்டது’ என்று பொருள். ஆனால், அரபி மொழி பேசுபவர்களுக்கு இது ஒரு சிறந்த மொழிபெயர்ப்பாக இருக்காது. ஏனெனில், எல்லாமே ஏற்கனவே எழுதப்பட்டிருந்தாலும்கூட, கடவுள் இரக்கமுள்ளவர், நமக்கு உதவுவதற்காக மட்டுமே அவர் தன்னுடைய பேனாவையும் மையையும் பயன்படுத்துகிறார்.

அந்தப் பயணி நியூ யார்க்கில் இருக்கிறார். அவர் சிறிது கூடுதலாகத் தூங்கிவிட்டதால், அவர் கலந்து கொள்ள வேண்டிய சந்திப்புக்கூட்டத்திற்குப் போவதற்குச் சிறிது தாமதமாகியுள்ளது. அவர் தெருவுக்குள் அடியெடுத்து வைக்கும்போது, காவல் துறையினர் தன்னுடைய காரைக் கட்டி இழுத்துச் சென்றுள்ளதை அவர் காண்கிறார்.

அவர் தன்னுடைய சந்திப்புக்கூட்டத்திற்குத் தாமதமாகப் போய்ச் சேர்கிறார். நண்பகல் உணவு அங்கே தேவைக்கு அதிகமாக இழுத்துக் கொண்டே போகிறது. தன்னுடைய காரை மீட்பதற்கான தண்டத் தொகையைப் பற்றிய கவலை அவரைத் தொற்றிக் கொள்கிறது. அது அவருக்கு மிகப் பெரிய செலவு வைக்கும். திடீரென்று, முந்தைய நாள் அவர் கண்டெடுத்திருந்த டாலர் நோட்டு ஒன்று அவருடைய நினைவுக்கு வருகிறது. அந்த டாலர் நோட்டுக்கும் அன்று காலையில் நிகழ்ந்தவற்றுக்கும் இடையே ஒரு கிறுக்குத்தனமான தொடர்பை அவர் உருவாக்குகிறார். “நேற்று நான் கண்டெடுத்த டாலர் நோட்டு, அது யாருக்காக விதிக்கப்பட்டிருந்ததோ அந்த

மக்தூப்

நபர் அதைக் கண்டுபிடிப்பதற்கு முன்பாகவே நான் அதை எடுத்துவிட்டேனா? அது உண்மையிலேயே யாருக்குத் தேவைப்பட்டதோ அவருடைய பாதையிலிருந்து நான் அதை அகற்றிவிட்டேனா? எழுதப்பட்டிருந்த ஒன்றில் நான் குறுக்கிட்டுவிட்டேன்போலும்!" என்று அவர் நினைக்கிறார்.

அவர் அந்த டாலர் நோட்டைத் தன் வசமிருந்து விடுவிக்க வேண்டியிருக்கிறது. துல்லியமாக அக்கணத்தில், வெளியே நடைபாதையில் ஒரு பிச்சைக்காரர் உட்கார்ந்திருப்பதை அவர் பார்க்கிறார். அவர் உடனடியாக அந்த டாலர் நோட்டை அவரிடம் கொடுக்கிறார்.

"ஒரு கணம் பொறுங்கள்," என்று அந்தப் பிச்சைக்காரர் கூறுகிறார். "நான் ஒரு கவிஞன். ஒரு கவிதையின் மூலம் நான் உங்களுக்குக் கைம்மாறு செய்ய விரும்புகிறேன்."

"சுருக்கமாக முடித்துவிடுங்கள். ஏனெனில், நான் அவசரத்தில் இருக்கிறேன்," என்று அந்தப் பயணி கூறுகிறார்.

அந்தப் பிச்சைக்காரர் இவ்வாறு கூறுகிறார்:

"நீங்கள் இன்னும் உயிருடன் இருக்கிறீர்கள் என்றால், நீங்கள் அடைய வேண்டிய இடத்தை நீங்கள் இன்னும் அடைந்திருக்கவில்லை என்பதுதான் அதற்குக் காரணம்."

அந்தச் சீடன் தன் ஆசானிடம் இவ்வாறு கூறினான்:

"நான் நினைக்கக்கூடாதவற்றை நினைப்பதிலும், விரும்பக்கூடாதவற்றை விரும்புவதிலும், திட்டமிடக் கூடாதவற்றைத் திட்டமிடுவதிலும் இன்றைய நாளின் பெரும் பகுதியை நான் செலவிட்டுள்ளேன்."

தன் வீட்டின் அருகே இருந்த காட்டில் தன்னுடன் சிறிது நேரம் நடப்பதற்கு அந்த ஆசான் அந்தச் சீடனுக்கு அழைப்பு விடுத்தார். வழியில், அவர் ஒரு தாவரத்தைச் சுட்டிக்காட்டி, அது என்னவென்று தெரியுமா என்று தன் சீடனிடம் கேட்டார்.

"பெல்லடோனா," என்று அவன் பதிலளித்தான். "அதன் இலைகளை நீங்கள் தின்றால், அது உங்களைக் கொன்றுவிடும்."

"ஆனால், அதை வெறுமனே பார்த்தால் அதனால் உன்னைக் கொல்ல முடியாதல்லவா?" என்று அந்த ஆசான் கேட்டார். "அதேபோலத்தான், எதிர்மறை எண்ணங்கள் உன்னை மதிமயங்கச் செய்ய நீ அனுமதிக்காதவரை, அவற்றால் உனக்குத் தீங்கு விளைவிக்க முடியாது."

பிரான்ஸையும் ஸ்பெயினையும் ஒரு மலைத்தொடர் பிரிக்கிறது. அந்த மலைகளின் அடிவாரத்தில், அர்ஜெலெஸ் என்ற ஒரு கிராமம் இருக்கிறது. அந்தக் கிராமத்தில் உள்ள ஒரு குன்று, பள்ளத்தாக்கிற்கு இட்டுச் செல்கிறது.

ஒவ்வொரு நாளும் நண்பகலில், ஒரு முதியவர் அந்தக் குன்றின்மீது ஏறிச் சென்றுவிட்டுப் பிறகு இறங்கி வருவார்.

அந்தப் பயணி முதன்முறையாக அந்தக் கிராமத்திற்குச் சென்றபோது, அவர் உண்மையில் இதைக் கவனிக்கவில்லை. இரண்டாவது முறையாக அவர் அங்கு வந்தபோது, தான் அதே முதியவரை எப்போதும் கடந்து சென்றதை அவர் கவனித்தார். அந்தப் பயணி அந்தக் கிராமத்திற்கு வந்தபோது, அவர் அதிகமான விஷயங்களைக் கவனித்தார்: அந்த முதியவரின் ஆடைகள், அவருடைய தொப்பி, அவருடைய கைத்தடி, மற்றும் அவருடைய மூக்குக்கண்ணாடி. இப்போது, அவர் அந்தக் கிராமத்தைப் பற்றி நினைக்கும்போதெல்லாம், அந்த முதியவரைப் பற்றியும் நினைக்கிறார். ஆனால், அந்த முதியவருக்கு இது தெரியாது.

ஒரே ஒரு முறை மட்டுமே அந்தப் பயணி அந்த முதியவரிடம் பேசியிருந்தார். அப்போதுகூட, அவர் நகைச்சுவையாக இவ்வாறு கேட்டிருந்தார்:

“நம்மைச் சுற்றிலும் உள்ள இந்த அழகான மலைகளில் கடவுள் வாழ்வதாக நீங்கள் நினைக்கிறீர்களா?”

அதற்கு அந்த முதியவர், “மக்கள் எங்கெல்லாம் அவருக்கு இடமளிக்கின்றனரோ, அங்கெல்லாம் அவர் வாழ்கிறார்,” என்று பதிலளித்தார்.

மக்தூப்

ஓர் இரவு, அந்த ஆசான் தன்னுடைய சீடர்களைச் சந்தித்தார். ஒரு நெருப்பு மூட்டும்படி அவர்களிடம் கூறிய அவர், எல்லோரும் அதைச் சுற்றி உட்கார்ந்து பேசலாம் என்று பரிந்துரைத்தார்.

"ஆன்மிகப் பாதை இந்த நெருப்பைப் போன்றது," என்று அவர் கூறினார். "நெருப்பு மூட்டுகின்ற எவரொருவரும், முதலில் எழுகின்ற ஏராளமான பயங்கரமான புகையைச் சமாளிக்க வேண்டியிருக்கும். அது அவர்களுடைய நுரையீரல்களில் எரிச்சல் உண்டாக்கும், அவர்களுடைய கண்களில் கண்ணீரை வரவழைக்கும். ஒருவர் தன்னுடைய இறைநம்பிக்கையை மீண்டும் கண்டறிவதும் அதைப் போன்றதுதான். ஆனால், நெருப்பு மூட்டப்பட்டவுடன் அந்தப் புகை மாயமாய் மறைந்துவிடும். அந்த நெருப்பு இப்போது எல்லாவற்றையும் ஒளிமயமாக்கும், கதகதப்பையும் அமைதியையும் கொண்டுவரும்."

"நமக்காக வேறு யாரேனும் அந்த நெருப்பை மூட்டினால்? நெருப்பு மூட்டும்போது எழுகின்ற புகையைத் தவிர்க்க யாரேனும் நமக்கு உதவினால்?" என்று ஒரு சீடன் கேட்டான்.

"அவ்வாறு செய்கின்ற எவரொருவரும் ஓர் உண்மையான ஆசான் அல்லர். ஏனெனில், தான் விரும்புகின்ற எந்த இடத்தில் வேண்டுமானாலும் அவரால் நெருப்பு மூட்ட முடியும், தான் விரும்புகின்ற நேரத்தில் அவரால் அதை அணைக்கவும் முடியும். நெருப்பை எப்படி

மூட்ட வேண்டும் என்பதை அவர் யாருக்கும் கற்றுக் கொடுத்திருக்காததால், இந்த ஒட்டுமொத்த உலகத்தையும் அவரால் எளிதில் இருளில் மூழ்கடித்துவிட முடியும்."

என் தோழி ஒருவர் தன்னுடைய மூன்று குழந்தைகளுடன் கனடாவில் ஒரு தொலைதூரப் பகுதியில் இருந்த ஒரு சிறிய விவசாயப் பண்ணைக்குச் சென்று அங்கு வாழ்வதென்று தீர்மானித்தார்.

அவர் தன்னை முழுமையாக ஆன்மிகச் சிந்தனையில் ஈடுபடுத்திக் கொள்ள விரும்பினார்.

ஓராண்டுக்குள், அவர் காதல் வயப்பட்டார்; மறுமணம் செய்து கொண்டார்; புனிதத் துறவிகளின் தியான உத்திகளைப் படித்தறிந்தார்; தன்னுடைய குழந்தைகள் படிப்பதற்காக ஒரு பள்ளிக்கூடம் கட்டுவதற்கு ஆதரவு திரட்டினார்; பலருடன் நட்புறவை வளர்த்துக் கொண்டார்; தனக்கு எதிரிகளை உருவாக்கிக் கொண்டார்; தன்னுடைய பற்களின் ஆரோக்கியத்தைப் புறக்கணித்ததால் பற்சிதைவுகளை வரவழைத்துக் கொண்டார்; ஒரு கடுமையான பனிப்புயலின் நடுவே, முன்பின் அறிமுகமில்லாத ஒருவரின் காரில் ஏறிப் பயணித்தார்; காரை எவ்வாறு பழுதுபார்ப்பது, குழாய்களில் படிந்திருக்கும் பனியை எவ்வாறு அகற்றுவது, ஜீவனாம்சப் பணத்தைக் கொண்டு எவ்வாறு மாத இறுதிவரை செலவுகளைச் சமாளிப்பது, அரசு வழங்கிய உதவித் தொகையைக் கொண்டு எவ்வாறு வாழ்க்கை நடத்துவது, வெப்பமூட்டப்படாத ஒரு வீட்டில் எவ்வாறு தூங்குவது, ஒரு தேவாலயத்தை எவ்வாறு கட்டியெழுப்புவது, வீட்டில் சிறு சிறு பழுதுபார்ப்பு வேலைகளை எவ்வாறு செய்வது,

ஆன்மிகச் சொற்பொழிவுகளை எவ்வாறு நிகழ்த்துவது போன்றவற்றை அவர் கற்றுக் கொண்டார்.

"ஆன்மிக வாழ்க்கை என்பது தனிமையில் வாழப்படுகின்ற ஒரு வாழ்க்கை அல்ல என்பதைக் காலப்போக்கில் நான் புரிந்து கொண்டேன். கடவுளின் அன்பு பகிர்ந்து கொள்ளப்பட வேண்டிய ஒன்று. ஏனெனில், அது மிகவும் உன்னதமானது," என்று அவர் கூறினார்.

மக்தூப்

"நீ முதன்முதலில் உன் பாதையில் அடியெடுத்து வைக்கும்போது, சில சொற்கள் எழுதப்பட்டுள்ள ஒரு கதவை நீ கண்டுபிடிப்பாய். நீ இங்குத் திரும்பி வந்து, அந்தச் சொற்கள் என்ன என்பதை என்னிடம் சொல்," என்று அந்த ஆசான் கூறுகிறார்.

அந்தச் சீடன் உற்சாகத்துடன் அக்கதவைத் தேடிச் செல்கிறான்.

ஒரு நாள், அவன் அக்கதவைக் காண்கிறான். உடனே அவன் தன் ஆசானிடம் திரும்பி வருகிறான்.

"அந்தப் பாதையின் தொடக்கத்தில், 'இது சாத்தியமல்ல' என்று அந்த அறிவிப்பு கூறியது," என்று அவன் கூறுகிறான்.

"அது எங்கே எழுதப்பட்டிருந்தது – ஒரு சுவரிலா அல்லது ஒரு கதவிலா?" என்று அந்த ஆசான் கேட்கிறார்.

"ஒரு கதவில்."

"சரி, அதன் கைப்பிடியைப் பிடித்து அதைத் திற."

அந்தச் சீடன் அதற்குக் கீழ்ப்படிகிறான். அந்தச் சொற்கள் அக்கதவின்மீது எழுதப்பட்டிருப்பதால், அக்கதவு திறக்கப்பட்டவுடன் அந்தச் சொற்கள் நகர்ந்துவிடுகின்றன. அக்கதவு அகலமாகத் திறந்திருக்கும்போது, அந்தச் சொற்கள் அந்தச் சீடனின் பார்வையிலிருந்து மறைந்துவிடுகின்றன. எனவே, அவன் அப்பாதையில் தன் பயணத்தைத் தொடர்கிறான்.

அந்த ஆசான் இவ்வாறு கூறுகிறார்:

உன் கண்களை மூடிக் கொள். இல்லை, நீ உன் கண்களை மூடக்கூட வேண்டியதில்லை. வெறுமனே, முழு வீச்சில் பறந்து சென்று கொண்டிருக்கின்ற ஒரு பறவைக் கூட்டத்தைக் கற்பனை செய். சரி, எத்தனை பறவைகளை உன்னால் பார்க்க முடிகிறது என்று சொல். ஐந்தா? பதினொன்றா? பதினேழா?

உன் பதில் என்னவாக இருந்தாலும் சரி – ஒரு துல்லியமான எண்ணைக் கொடுப்பது எவரொருவருக்கும் கடினமாகத்தான் இருக்கும் – இச்சிறிய பரிசோதனையிலிருந்து ஒரு விஷயம் தெளிவாகிறது. ஒரு பறவைக் கூட்டத்தை உன்னால் கச்சிதமாகக் கற்பனை செய்ய முடிந்தது, ஆனால் அந்தப் பறவைகளின் எண்ணிக்கை உன்னுடைய கட்டுப்பாட்டில் இருக்கவில்லை. இருப்பினும், அக்காட்சி மிகத் தெளிவாகவும் திட்டவட்டமாகவும் துல்லியமாகவும் இருந்தது. அந்தக் கேள்விக்கான பதில் வேறு எங்கோ இருக்கிறது.

அக்காட்சியில் எத்தனை பறவைகள் தோன்றும் என்பதை யார் தீர்மானித்தார்கள்?

நீ அல்லன்.

மக்தூப்

ஸ்கெட்டிஸ் மடத்தின் அருகே வாழ்ந்து கொண்டிருந்த ஒரு துறவியை நேரில் சென்று பார்ப்பதென்று ஒருவன் தீர்மானித்தான். அந்தப் பாலைவனத்தில் அவன் தன் கால்கள் போன போக்கில் சிறிது நேரம் அலைந்து திரிந்துவிட்டு, இறுதியில் அவரைக் கண்டுபிடித்தான்.

"ஆன்மிகப் பாதையில் என்னுடைய முதல் அடி என்னவாக இருக்க வேண்டும் என்பதை நான் தெரிந்து கொள்ள விரும்புகிறேன்," என்று அவன் அவரிடம் கேட்டான்.

அத்துறவி அவனை ஒரு சிறு குளத்திற்கு வழிநடத்திச் சென்று, அக்குளத்தின் நீரில் அவனுடைய முகத்தின் பிரதிபலிப்பைப் பார்க்குமாறு அவனிடம் கூறினார். அவர் கேட்டுக் கொண்டபடியே அவன் செய்தான். ஆனால், அத்துறவி அக்குளத்திற்குள் கூழாங்கற்களை வீசியெறியத் தொடங்கினார். இது அக்குளத்தின் மேற்பரப்பில் சிற்றலைகளை உருவாக்கியது.

"நீங்கள் இப்படித் தொடர்ந்து கூழாங்கற்களை அந்த நீருக்குள் வீசியெறிந்து கொண்டிருந்தால் என்னுடைய முகத்தை என்னால் தெளிவாகப் பார்க்க முடியாது," என்று அந்த மனிதன் கூறினான்.

"சலசலப்பான நீரில் ஒருவன் தன் சொந்த முகத்தைப் பார்ப்பது எவ்வாறு சாத்தியமில்லையோ, அதுபோலவே, மனம் தேடலின்மீது அளவுக்கதிகமான

கவனம் செலுத்தினால், கடவுளைக் கண்டுபிடிப்பது சாத்தியமில்லை," என்று அத்துறவி கூறினார். "அதுதான் முதல் படி."

மக்தூப்

அந்தப் பயணி ஜென் தியானத்தைப் பயிற்சி செய்து கொண்டிருந்த நேரத்தில், அந்த ஆசான், டோஜோ என்று அழைக்கப்பட்ட அந்த அறையின் ஒரு மூலைக்குச் சென்று, ஒரு மூங்கில் கம்பை எடுத்துக் கொண்டு திரும்பி வந்தார்.

தங்களுடைய தியானத்தின்மீது கவனத்தை ஒன்றுகுவிக்கத் தவறியிருந்த சில சீடர்கள் தங்கள் கைகளை உயர்த்தினர். அவர்களுடைய ஒவ்வொரு தோளின்மீதும் அந்த ஆசான் அந்த மூங்கில் கம்பால் மூன்று முறை ஓங்கி அடித்தார்.

தொடக்கத்தில், இது அபத்தமான பழங்காலத்திய தண்டனைபோல அந்தப் பயணிக்குத் தோன்றியது.

ஆனால், பின்னர், ஆன்மிக வலியால் ஏற்படக்கூடிய பாதிப்பை உண்மையிலேயே உணர முடிவதற்கு அதை உடலளவில் அனுபவிப்பது சில நேரங்களில் இன்றியமையாதது என்பதை அந்தப் பயணி உணர்ந்தார். அவர் சான்டியாகோவுக்குப் போய்க் கொண்டிருந்தபோது, இன்னொரு பயிற்சியை அவர் கற்றுக் கொண்டார். அப்பயிற்சி இதுதான்: எப்போதெல்லாம் அவருக்கு ஏதேனும் எதிர்மறை எண்ணங்கள் தோன்றினவோ, அப்போதெல்லாம் அவர் தன்னுடைய ஆட்காட்டி விரலின் நகத்தால் தன்னுடைய கட்டைவிரலை அழுத்திக் குத்த வேண்டும்.

எதிர்மறை எண்ணங்களால் விளையக்கூடிய கொடிய விளைவுகளைக் கவனிப்பதற்குப் பொதுவாக மிக நீண்ட

காலம் ஆகும். அந்த எண்ணங்களை உடல்ரீதியான வலியாக உருமாற்றுவதன் மூலம், அவை விளைவிக்கின்ற பாதிப்பை நம்மால் புரிந்து கொள்ள முடிகிறது.

எனவே, நாம் அவற்றைத் தவிர்க்கத் தொடங்குகிறோம்.

மக்தூப்

முப்பத்திரண்டு வயது நோயாளி ஒருவர் ரிச்சர்டு குரோலி என்ற மருத்துவரைச் சந்திக்கச் சென்றார்.

"என்னுடைய கட்டைவிரலைச் சூப்பும் பழக்கத்தை என்னால் நிறுத்த முடியவில்லை," என்று அந்த நோயாளி கூறினார்.

"அதைப் பற்றிக் கவலைப்படாதீர்கள்," என்று கூறிய குரோலி, "ஆனால், வாரத்தின் ஒவ்வொரு நாளும் வேறொரு விரலைச் சூப்ப முயற்சி செய்யுங்கள்," என்று பரிந்துரைத்தார்.

அக்கணத்திலிருந்து, அந்த நோயாளி தன்னுடைய கையைத் தன் வாயருகே கொண்டு செல்வதற்காக உயர்த்திய ஒவ்வொரு முறையும், அன்றைய நாள் தான் எந்த விரலைச் சூப்புவது என்பதைத் தேர்ந்தெடுக்க வேண்டிய கட்டாயத்திற்கு அவர் ஆளானார். அந்த வாரம் முடிவதற்குள், விரல் சூப்பும் பழக்கத்திலிருந்து அவர் விடுபட்டிருந்தார்.

"மோசமான ஏதோ ஒன்று ஒரு பழக்கமாக ஆகும்போது, அதைக் கையாள்வது கடினமாக இருக்கும்," என்று ரிச்சர்டு குரோலி கூறுகிறார். "ஆனாலும், இந்தச் சவால்கள், நாம் புதிய மனப்போக்குகளை வளர்த்தெடுப்பதையும், புதிய தீர்மானங்களையும் தேர்ந்தெடுப்புகளையும் மேற்கொள்வதையும் கட்டாயமாக்கும்போது, அந்த மோசமான பழக்கங்களைத் தொடர்வதற்கு நாம் இந்த அளவு மெனக்கெடுவது மதிப்பு வாய்ந்ததல்ல என்பதை நாம் உணர்கிறோம்."

பாலோ கொயலோ

பண்டைய ரோமில், சிபில்ஸ் என்று அழைக்கப்பட்ட மந்திரவாதினிகள் குழு ஒன்று, ரோமின் வருங்காலத்தை முன்கூட்டியே கணித்து அறிவித்து ஒன்பது புத்தகங்களை எழுதியது. அவர்கள் அந்த ஒன்பது புத்தகங்களையும் ரோமப் பேரரசர் டைபீரியஸிடம் எடுத்துச் சென்றனர்.

"அவற்றின் விலை என்ன?" என்று டைபீரியஸ் கேட்டார்.

"நூறு பொற்காசுகள்," என்று அந்த மந்திரவாதினிகள் கூறினர்.

இதைக் கேட்டுக் கடுங்கோபம் கொண்ட டைபீரியஸ், அவர்களை அங்கிருந்து வெளியேற்றிவிட்டார். அந்த மந்திரவாதினிகள் அந்த ஒன்பது புத்தகங்களில் மூன்றை எரித்துவிட்டு, மீண்டும் டைபீரியஸிடம் திரும்பி வந்தனர்.

"இப்போதும் இவற்றின் விலை நூறு பொற்காசுகள்தாம்," என்று அவர்கள் கூறினார்.

இதைக் கேட்டுவிட்டு டைபீரியஸ் சிரித்தார், ஆனால் அவர்கள் கேட்ட விலையைக் கொடுக்க அவர் மறுத்துவிட்டார். ஒன்பது புத்தகங்களுக்குரிய அதே விலையை ஏன் ஆறு புத்தகங்களுக்குக் கொடுக்க வேண்டும் என்று அவர் யோசித்தார்.

அந்த மந்திரவாதினிகள் மேலும் மூன்று புத்தகங்களை எரித்துவிட்டு, மீதி மூன்று புத்தகங்களுடன் மீண்டும் திரும்பி வந்தனர்.

மக்தூப்

“இப்போதும் இவற்றின் விலை நூறு பொற்காசுகள்தாம்,” என்று அவர்கள் கூறினர். இதற்கிடையே, டைபீரியஸின் ஆர்வம் தூண்டடப்பட்டிருந்தது. எனவே, இறுதியில் அவர் அந்த முழுத் தொகையையும் கொடுத்துவிட்டார். ஆனால், ஆறு புத்தகங்கள் ஏற்கனவே எரிக்கப்பட்டிருந்ததால், அவருடைய பேரரசின் வருங்காலம் குறித்து அந்த மந்திரவாதினிகள் கணித்திருந்தவற்றில் சிலவற்றை மட்டுமே அவரால் படிக்க முடிந்தது.

அந்த ஆசான் இவ்வாறு கூறுகிறார்:

வாய்ப்புகள் தம்மைத் தாமே வெளிப்படுத்திக் கொள்ளும்போது அவற்றிடம் பேரம் பேசக்கூடாது என்பதை அறிந்திருப்பது வாழும் கலையின் ஒரு பகுதியாகும்.

இருபதாம் நூற்றாண்டில் மிகுந்த செல்வாக்குடன் விளங்கிய, 'குவேக்கர்' என்ற கிறித்தவக் குழுவின் உறுப்பினர்களில் ஒருவரான ரூஃபஸ் ஜோன்ஸின் வார்த்தைகள் இவை:

"நான் கடவுளை அடைய வேண்டும் என்பதை என்னுடைய சாக்குப்போக்காக வைத்துக் கொண்டு புதிய பாபேல் கோபுரங்களைக் கட்டுவதில் எனக்கு விருப்பமில்லை.

"அந்தக் கோபுரங்கள் அருவருப்பானவை. அவற்றில் சில, கான்கிரீட் மற்றும் செங்கற்களால் கட்டப்பட்டுள்ளன. மற்றவை, புனித நூல்களின் குவியல்களால் கட்டப்பட்டுள்ளன. சில கோபுரங்கள், பண்டைய சடங்குகளிலிருந்து கட்டப்பட்டுள்ளன. பல கோபுரங்கள், கடவுளின் இருத்தலை நிரூபிக்கின்ற புதிய அறிவியல் சான்றுகளிலிருந்து கட்டப்பட்டுள்ளன.

"இந்த அனைத்துக் கோபுரங்கள்மீதும், இருண்ட, தனிமையான ஓர் அடித்தளத்திலிருந்து நாம் ஏறியாக வேண்டும். அவற்றின்மீது நின்று கொண்டு இந்தப் புவியை வேண்டுமானால் நம்மால் பார்க்க முடியும், ஆனால் அவை நம்மை சொர்க்கத்திற்கு இட்டுச் செல்வதில்லை.

"நமக்குக் கிடைப்பதெல்லாம், மொழிகள் மற்றும் உணர்ச்சிகளின் அதே பழைய குழப்பம்தான்.

"நம்பிக்கை, அன்பு, மகிழ்ச்சி, பிரார்த்தனை ஆகியவைதாம் கடவுளை அடைவதற்கான பாலங்களாகும்."

யூத குருமார்கள் இருவர், நாஜி ஜெர்மனியில் யூதர்களுக்கு ஆன்மிகரீதியான ஆதரவு வழங்குவதற்குத் தங்களால் முடிந்த அனைத்தையும் செய்து கொண்டிருந்தனர். அவர்கள் தங்களுடைய சொந்த உயிர்கள் குறித்த நிரந்தரமான பயத்துடன் வாழ்ந்து கொண்டிருந்தபோதிலும், இரண்டு ஆண்டுகளாக அவர்கள் நாஜிக்களின் பார்வையில் படாமல் இருந்து கொண்டு, பல்வேறு யூதச் சமூகங்களில் மத வழிபாடுகளை நடத்தி வந்தனர்.

இறுதியில் ஒரு நாள் அவர்கள் பிடிபட்டனர். அவர்களில் ஒரு யூத குரு, தங்களுக்கு என்ன நேரக்கூடுமோ என்ற பேரச்சத்துடன், பிரார்த்தனை செய்வதில் தன் நேரம் முழுவதையும் செலவிட்டார்.

மற்றொரு யூத குரு, நாள் முழுவதையும் தூக்கத்தில் செலவிட்டார்.

பெரும் பயத்தில் இருந்த முதல் யூத குரு, “நீங்கள் ஏன் இவ்வளவு தூங்குகிறீர்கள்?” என்று அவரிடம் கேட்டார்.

“என்னுடைய ஆற்றலைச் சேமித்து வைப்பதற்காக நான் தூங்குகிறேன். ஏனெனில், பின்னர் எனக்கு அது தேவைப்படும் என்பதை நான் அறிவேன்,” என்று அந்த இன்னொரு யூத குரு பதிலளித்தார்.

“உங்களுக்குத் துளிகூட பயமில்லையா? நமக்கு என்ன நிகழக்கூடும் என்பது உங்களுக்குத் தெரியாதா?”

“நம்மைச் சிறையில் அடைக்கும்வரை நானும் பயத்துடன்தான் இருந்தேன். இப்போது நான் ஒரு

சிறைவாசி. ஏற்கனவே நிகழ்ந்துவிட்டுள்ள ஒன்றைக் குறித்து பயப்படுவதால் என்ன பயன்? பயந்து கொண்டிருப்பதற்கான நேரம் முடிந்துவிட்டது. இனி நம்பிக்கை கொள்வதற்கான நேரம் தொடங்குகிறது."

அந்த ஆசான் இவ்வாறு கூறுகிறார்:

"நான் அதைச் செய்ய விரும்பவில்லை." இந்தச் சொற்களை நாம் சிறிதளவு சந்தேகத்துடன்தான் கையாள வேண்டும்.

நமக்கு விருப்பமில்லாததால் நாம் செய்ய விரும்பாத விஷயங்கள் எவை? செய்வதற்கு ஆபத்தானவையாகத் தோன்றுகின்ற காரணத்தால் நாம் செய்ய விரும்பாத விஷயங்கள் எவை?

"அந்நியர்களிடம் பேசுவது இதற்கான ஓர் எடுத்துக்காட்டு. அது ஓர் உண்மையான உரையாடலாக இருந்தாலும் சரி, ஒரு சுருக்கமான அரட்டையாக இருந்தாலும் சரி, அல்லது ஒருவரோடு ஒருவர் மனம்விட்டுப் பேசுவதாக இருந்தாலும் சரி, அந்நியர்களிடம் நாம் அரிதாகவே பேசுகிறோம்.

'அது அப்படி இருப்பதுதான் நல்லது' என்று நாம் எப்போதுமே உணர்கிறோம்.

அதன் விளைவாக, வாழ்க்கைக்கு நாம் உதவாமல் போகிறோம், அல்லது வாழ்க்கையிடமிருந்து நாம் உதவி பெறாமல் போகிறோம்.

மற்றவர்களிடமிருந்து சிறிது தள்ளியே இருப்பது நம்மை அதிக முக்கியமானவர்களாகவும் அதிகத் தன்னம்பிக்கை உடையவர்களாகவும் தோன்றச் செய்கிறது.

ஆனால், நடைமுறையில், நம்முடைய தேவதூதரின் குரல் மற்றவர்களின் வாய்களில் தன்னை வெளிப்படுத்திக் கொள்ள நாம் அனுமதி மறுக்கிறோம்.

மக்தூப்

அன்றைய காலகட்டத்தின் மிகவும் சக்திவாய்ந்த அரசர் ஒருவர், தன்னுடைய அரசவைக்கு வருமாறு ஒரு முதிய துறவிக்கு அழைப்பு விடுத்தார்.

"சொல்லிக் கொள்ளும்படியாக எதுவும் இல்லாதபோதிலும் மிகுந்த மனநிறைவுடன் இருக்கின்ற ஒரு புனிதத் துறவியைக் காணும்போது நான் பொறாமை கொள்கிறேன்," என்று அந்த அரசர் கூறினார்.

"என்னைவிடக் குறைவானவற்றைக் கொண்டிருந்தும் மனநிறைவுடன் இருக்கின்ற, மரியாதைக்குரிய அரசராகிய உங்களைக் கண்டால் எனக்குப் பொறாமையாக இருக்கிறது," என்று அந்தத் துறவி பதிலளித்தார்.

இதைக் கேட்டுச் சற்றுத் துணுக்குற்ற அந்த அரசர், "இந்த ஒட்டுமொத்த நாடும் எனக்குச் சொந்தமாக இருக்கும்போது, உங்களைவிட என்னிடம் குறைவாக இருப்பதாக நீங்கள் எப்படிக் கூறுகிறீர்கள்?" என்று கேட்டார்.

"துல்லியமாக நானும் இதைத்தான் சொல்கிறேன். இப்புவியின் இசையும், இந்த ஒட்டுமொத்த உலகத்தின் ஆறுகளும் மலைகளும், நிலவும் சூரியனும் என் வசம் இருக்கின்றன. ஏனெனில், என் ஆன்மாவில் நான் கடவுளைக் கொண்டுள்ளேன். மறுபுறம், மாண்புமிகு அரசராகிய உங்கள் வசம் இருப்பது இந்தப் பேரரசு மட்டுமே," என்று அந்த முதியவர் விளக்கினார்.

ஒரு குதிரைவீரன் தன்னுடைய சக குதிரைவீரனிடம், "கடவுள் வாழ்கின்ற அந்த மலைக்கு நாம் சென்று வரலாம்," என்று கூறினான். "கடவுள் எப்போதும் 'அதைச் செய், இதைச் செய்,' என்று நம்மிடம் வேலை வாங்கிக் கொண்டே இருக்கிறார், ஆனால் நம்முடைய சுமையைக் குறைப்பதற்கு அவர் ஒருபோதும் எதுவும் செய்வதில்லை என்பதை நான் நிரூபிக்க விரும்புகிறேன்."

"நான் உன்னுடன் வருகிறேன், ஆனால் கடவுள்மீதான என்னுடைய நம்பிக்கையைக் காட்டவே நான் வருகிறேன்," என்று அந்த மற்றொரு குதிரைவீரன் கூறினான்.

அவர்கள் அந்த மலையின் உச்சியை அடைந்தபோது, ஏற்கனவே இரவு ஆகியிருந்தது. இருட்டில் ஒரு குரல் அவர்களுக்குக் கேட்டது:

"நீங்கள் இருவரும் மீண்டும் உங்கள் குதிரைகள்மீது ஏறிக் கொள்ளுங்கள். ஆனால், நிலத்தின்மீது கிடக்கின்ற அந்தக் கற்களை உங்களோடு எடுத்துச் செல்லுங்கள்!"

இதைக் கேட்டுவிட்டு அந்த முதல் வீரன் தன் சக வீரனிடம், "பார்த்தாயா? நாம் இவ்வளவு தூரம் பயணித்து வந்திருக்கிறோம். இப்போது இன்னும் அதிகச் சுமையைச் சுமக்கும்படி அவர் நம்மிடம் கூறுகிறார். நான் அதைச் செய்யப் போவதில்லை!" என்று கூறினான்.

ஆனால், அந்த இரண்டாவது வீரன், அந்தக் குரல் அறிவுறுத்தியபடி செய்தான். பிறகு அவர்கள் இருவரும் மலையிலிருந்து இறங்கி அடிவாரத்தை அடைந்தபோது,

விடியத் தொடங்கியிருந்தது. சூரியனின் முதல் கதிர்கள், இறைநம்பிக்கை கொண்ட அந்த இரண்டாவது வீரன் தன்னுடன் எடுத்து வந்திருந்த கற்கள்மீது பட்டு ஒளிர்ந்தன. அவை வைரங்கள்.

அந்த ஆசான் இவ்வாறு கூறுகிறார்:

கடவுள் விநோதமான தீர்மானங்களை மேற்கொள்ளக்கூடும், ஆனால் அவை எப்போதுமே நமக்குச் சாதகமாகவே இருக்கின்றன.

அந்த ஆசான் இவ்வாறு கூறுகிறார்:

என் அருமை நண்பா, நான் உன்னிடம் கூறவிருக்கும் செய்தியை ஒருவேளை நீ இதுவரை கேள்விப்படாமல் இருக்கக்கூடும். இச்செய்தி உனக்குப் பேரதிர்ச்சி ஏற்படுத்தி உன்னை நிலை தடுமாறச் செய்துவிடாமல் இருக்க, சொர்க்கத்திற்கான உத்தரவாதத்துடனும், கடவுளின் தரிசனங்களுடனும், பிற மர்மமான விளக்கங்களுடனும் இச்செய்தியைக் குழைத்து, அதன்மீது பிரகாசமான வண்ணங்களைத் தீட்டி, என்னால் முடிந்த அளவு பக்குவமாக இதை உன்னிடம் எடுத்துரைக்க முயற்சிக்க வேண்டும் என்று நான் நினைத்தேன். நான் குறிப்பிட்ட இவையெல்லாம் உண்மையில் இருக்கின்றன என்றாலும், அவை இப்போது பொருத்தமாக இருக்க மாட்டா.

அச்செய்தி இதுதான்: நீ சாகப் போகிறாய்.

ஒரு முறை ஆழமாக சுவாசித்துவிட்டு உன்னைத் தயார்படுத்திக் கொள். நான் உன்னிடம் வெளிப்படையாகப் பேசியாக வேண்டும். நான் இப்போது சொல்லவிருப்பது முற்றிலும் உண்மை என்பதை நான் அறிவேன் என்று என்னால் உறுதியளிக்க முடியும். தவறுக்கு இம்மியளவுகூட இடமில்லாத, பிழையில்லா ஒரு முன்கணிப்பு இது.

இன்றோ அல்லது இன்றிலிருந்து ஐம்பது ஆண்டுகள் கழித்தோ அது நிகழக்கூடும், ஆனால் எப்படியானாலும், நீ சாகத்தான் போகிறாய். நீ விரும்பாவிட்டாலும் சரி

மக்தூப்

அல்லது வேறு ஏதேனும் திட்டங்கள் வைத்திருந்தாலும் சரி, உன் மரணம் உறுதியானது.

இன்று நீ என்ன செய்யப் போகிறாய் என்பதைப் பற்றிக் கவனமாக எண்ணிப் பார். நாளைக்கு என்ன செய்யப் போகிறாய்? உன்னுடைய எஞ்சிய நாட்களில் நீ என்ன செய்யப் போகிறாய்?

ஆப்பிரிக்காவின் மையத்தில் இருந்த தன்னுடைய ஆய்விடத்திற்குப் போய்ச் சேர்வதற்குப் பேரார்வத்துடன் இருந்த, வெள்ளையினத்தைச் சேர்ந்த தேடலாய்வாளர் ஒருவர், அவருடைய பொதிகளைச் சுமந்து வந்த உள்ளூர்க்காரர்கள் அதிக வேகமாக நடப்பதற்கு அவர்களை ஊக்குவிக்கும் பொருட்டு, அவர்களுக்குக் கூடுதல் பணம் கொடுத்தார். பல நாட்களாக அவர்கள் வேகமாக நடந்தனர்.

ஆனால், ஒரு நாள் நண்பகலில், அவர்கள் எல்லோரும் திடீரென்று தங்கள் நடையை நிறுத்திவிட்டு, தாங்கள் சுமந்து வந்திருந்த பொதிகள் அனைத்தையும் கீழே இறக்கி வைத்துவிட்டுக் கீழே உட்கார்ந்துவிட்டனர். அவர்கள் தொடர்ந்து நடக்க மறுத்துவிட்டனர்.

அந்தத் தேடலாய்வாளர் அவர்களுக்கு எவ்வளவு பணம் தர முன்வந்தபோதிலும், அவர்கள் அந்த இடத்திலிருந்து அசைய மறுத்தனர். இறுதியில், அவர்களுடைய அந்த நடத்தைக்கான காரணத்தை அவர் அவர்களிடம் கேட்டபோது, பின்வரும் பதில் அவருக்குக் கிடைத்தது:

"பல நாட்களாக நாங்கள் வேகவேகமாக நடந்து வந்துள்ளோம். நாங்கள் என்ன செய்து கொண்டிருக்கிறோம் என்பது இனியும் எங்களுக்குத் தெரியவில்லை. இந்த வேகத்திற்கு ஈடுகொடுக்க முடியாமல் பின்தங்கிவிட்ட எங்களுடைய ஆன்மாக்கள் எங்களிடம் வந்து சேரும்வரை நாங்கள் இங்குக் காத்திருந்தாக வேண்டும்."

மக்தூப்

கன்னி மரியா தன் குழந்தை இயேசுவைத் தன் கைகளில் ஏந்திக் கொண்டு, ஒரு கிறித்தவ மடத்திற்கு வருகை தருவதற்காக பூமிக்கு வந்தார்.

அவருக்கு மரியாதை செலுத்துவதற்காகத் துறவிகள் பெருமிதத்துடன் வரிசையில் நின்றனர். ஒருவர் ஒரு சில கவிதைகளை வாசித்தார். இன்னொருவர், அழகாக அலங்கரிக்கப்பட்ட ஒரு பைபிளை அவரிடம் காட்டினார். வேறொருவர், அனைத்துப் புனிதர்களின் பெயர்களையும் ஓதினார்.

அந்த வரிசையின் முடிவில், அக்காலகட்டத்தைச் சேர்ந்த ஞானிகளிடமிருந்து கற்றுக் கொள்வதற்கான வாய்ப்பைப் பெற்றிராத ஒரு சாதாரணத் துறவி நின்று கொண்டிருந்தார்.

அவருடைய பெற்றோர் ஒரு சர்க்கஸில் வேலை செய்தனர். அவர்கள் மிகவும் எளியவர்கள். அந்தத் துறவியின் முறை வந்தபோது, அவர் அந்த மடத்திற்கு அவப்பெயரைக் கொண்டு வரக்கூடும் என்ற அச்சத்தில் அந்த நிகழ்ச்சியை நிறைவு செய்வதற்கு மற்றத் துறவிகள் முயன்றனர்.

ஆனால், அவரும் கன்னி மரியாவுக்குத் தன் அன்பை வெளிக்காட்ட விரும்பினார். தன்னுடைய சகோதரர்களின் ஒப்புதல் மறுத்தப் பார்வையைக் கண்டுகொள்ளாமல், அவர் வெட்கத்தோடு சில ஆரஞ்சுப் பழங்களைத் தன் பையிலிருந்து வெளியே எடுத்து, சர்க்கஸில் அவருடைய

பெற்றோர் கற்றுக் கொடுத்திருந்தபடி அவற்றை மேலே தூக்கிப் போட்டுப் பிடித்து வித்தை காட்டத் தொடங்கினார்.

அதன் பிறகுதான், குழந்தை இயேசு புன்னகைத்துக் கொண்டே மகிழ்ச்சியோடு தன் கைகளைத் தட்டினார். அந்தத் துறவியை நோக்கித்தான் கன்னி மரியா தன் கைகளை நீட்டி, தன் மகனை ஒரு கணம் அவர் தன் கைகளில் ஏந்திக் கொள்ள அனுமதித்தார்.

எல்லா நேரமும் சீராக இருக்க முயற்சிக்காதீர்கள். “இவ்வுலகின் ஞானம் இறைவனின் பார்வையில் முட்டாள்தனமானது,” என்று புனித பால் கூறுகிறார்.

சீராக இருத்தல் என்றால், நீங்கள் உங்கள் கழுத்தில் அணியும் ‘டை’ எப்போதும் உங்கள் காலுறைகளுக்குப் பொருத்தமாக இருப்பதை உறுதி செய்வது என்று பொருள். இன்று நீங்கள் என்ன கருத்துகளைக் கொண்டுள்ளீர்களோ, நாளையும் அதே கருத்துகளைக் கொண்டிருப்பதற்கு நீங்கள் கடமைப்பட்டிருக்கிறீர்கள் என்ற உணர்வு அது. ஆனால், உலகம் தொடர்ந்து மாறிக் கொண்டிருக்கிறது.

நீங்கள் யாருக்கும் தீங்கு இழைக்காதவரை, அவ்வப்போது உங்கள் அபிப்பிராயங்களைத் தாராளமாக மாற்றிக் கொள்ளுங்கள். தர்மசங்கடமாக உணராமல் உங்களுடன் முரண்படுங்கள்.

அதைச் செய்வதற்கான உரிமை உங்களுக்கு இருக்கிறது. மற்றவர்கள் என்ன நினைக்கிறார்கள் என்பது ஒரு பொருட்டல்ல. ஏனெனில், அவர்கள் தங்கள் மனம் போகும் போக்கில் என்ன வேண்டுமானாலும் நினைத்துக் கொள்வார்கள்.

எனவே, உங்களை ஆசுவாசப்படுத்திக் கொள்ளுங்கள். இப்பிரபஞ்சம் உங்களை ஒட்டுமொத்தமாக மாற்றட்டும். உங்களை நீங்களே வியப்புறச் செய்வதில் கிடைக்கும் மகிழ்ச்சியைக் கண்டறியுங்கள். “ஞானிகளை வெட்கம்

கொள்ளச் செய்வதற்காக இறைவன் இந்த உலகத்திலுள்ள முட்டாள்தனமானவற்றைத் தேர்ந்தெடுத்தார்," என்று புனித பால் கூறுகிறார்.

அந்த ஆசான் இவ்வாறு கூறுகிறார்:

இன்று வழக்கத்திற்கு மாறான எதையேனும் செய்வது நல்லதாக இருக்கும்.

எடுத்துக்காட்டாக, நாம் வேலைக்குச் செல்லும்போது, தெரு வழியே ஆடிக் கொண்டே போகலாம். நமக்கு முன்பின் அறிமுகமில்லாத ஒருவரின் கண்களை நேருக்கு நேர் பார்த்து, முதல் பார்வையிலேயே அவருடன் அன்பு மொழி பேசலாம். நாம் மிகுந்த நம்பிக்கை கொண்டுள்ள நம்முடைய ஒரு யோசனை எவ்வளவு நகைப்புக்குரியதாகத் தோன்றினாலும் சரி, அதை நம்முடைய மேலதிகாரியிடம் பரிந்துரைக்கலாம். அல்லது, நாம் எப்போதுமே வாசிக்க விரும்பி வந்திருந்த, ஆனால் ஒருபோதும் அதற்குத் துணிந்திராத, ஓர் இசைக் கருவியை நாம் வாங்கலாம். ஒளி வீரர்கள் தங்களுக்கு அப்படிப்பட்ட நாட்களை அனுமதித்துக் கொள்கின்றனர்.

இன்று நினைத்தாலும் நம்முடைய தொண்டையை அடைக்கச் செய்கின்ற ஏதோ ஒரு கடந்தகாலத் துயரம் குறித்து நாம் அழலாம். "இனி ஒருபோதும் உன்னுடன் பேசப் போவதில்லை," என்று யாரைப் பார்த்து நாம் சத்தியம் செய்தோமோ (ஆனால், யாருடைய குரலை நாம் கேட்க விரும்புகிறோமோ), அவருக்கு ஒரு தொலைபேசி அழைப்பு விடுக்கலாம். இன்றைய நாள், தினமும் காலையில் நமக்கு நாமே எழுதிக் கொள்கின்ற திரைக்கதையிலிருந்து விலகிச் செல்கின்ற ஒரு நாளாகக் கருதப்படட்டும்.

இன்று, அனைத்துத் தவறுகளும் அனுமதிக்கப்படும், மன்னிக்கப்படும். இன்றைய நாள், உயிருடன் இருப்பது குறித்து மகிழ்ச்சி கொள்வதற்கான ஒரு நாளாகும்.

மக்தூப்

அறிவியலறிஞர் ரோஜர் பென்ரோஸ் தன்னுடைய நண்பர் ஒருவருடன் உணர்ச்சிகரமாகப் பேசியபடி ஒரு தெரு வழியாக நடந்து சென்று கொண்டிருந்தார். அப்போது, அந்தச் சாலையைக் கடப்பதற்காக அவர்கள் இருவரும் ஒரு கணம் அமைதியாயினர்.

"நான் அந்தச் சாலையைக் கடந்து கொண்டிருந்தபோது, நம்புதற்கரிய ஒரு யோசனை என்னுள் தோன்றியது எனக்கு நினைவிருக்கிறது. ஆனால், நாங்கள் மறுபுறத்தை அடைந்து எங்கள் உரையாடலைத் தொடர்ந்தவுடன், சில நொடிகளுக்கு முன் நான் நினைத்திருந்ததை என்னால் நினைவுகூர முடியவில்லை," என்று பென்ரோஸ் கூறுகிறார்.

அன்றைய நாளின் பிற்பகுதியில், ஒரு விநோதமான புளகாங்கித உணர்வு அவருக்கு ஏற்பட்டது. ஆனால், அதற்கான காரணத்தை அவரால் கண்டுபிடிக்க முடியவில்லை.

"முக்கியமான ஏதோ ஒரு விஷயம் என்னிடம் வெளிப்படுத்தப்பட்டிருந்தது போன்ற ஓர் உணர்வு எனக்கு ஏற்பட்டது," என்று அவர் கூறுகிறார்.

அன்றைய நாள் அவருக்கு நிகழ்ந்திருந்த அனைத்து விஷயங்களையும் அவர் நினைத்துப் பார்த்தார். அந்தச் சாலையைக் கடந்தபோது அவர் மௌனமாக இருந்த அந்தக் கணத்தை அவர் நினைவுகூர்ந்தபோது, அந்த யோசனை மீண்டும் அவருடைய மனத்தில் பளிச்சிட்டது. இம்முறை அவர் அதை எழுதிக் கொண்டார்.

பாலோ கொயலோ

கருந்துளையின் இருத்தல் தொடர்பான அவருடைய கோட்பாடு அது. நவீன இயற்பியலில் அது ஓர் உண்மையான புரட்சியாகும். அந்த யோசனை மீண்டும் அவரிடம் திரும்பி வந்ததற்கான காரணம், எப்போதெல்லாம் நாம் ஒரு சாலையைக் கடக்கிறோமோ அப்போது தோன்றுகின்ற அமைதியை அவரால் நினைவுகூர முடிந்ததுதான்.

புனித அந்தோணி ஒரு பாலைவனத்தில் வாழ்ந்து கொண்டிருந்தபோது, ஓர் இளைஞன் அவரைச் சந்திக்க வந்தான்.

"புனிதத் தந்தையே, நான் என் உடைமைகள் அனைத்தையும் விற்றுவிட்டு, அந்தப் பணத்தை ஏழைகளுக்குக் கொடுத்துவிட்டேன். இந்தப் பாலைவனத்தில் உயிர்பிழைத்திருக்கத் தேவையான ஒரு சில பொருட்களை மட்டுமே நான் என்னுடன் வைத்துள்ளேன். முக்திக்கான பாதையை நீங்கள் எனக்குக் காட்ட வேண்டும் என்று நான் விரும்புகிறேன்."

அவன் வைத்திருந்த அந்த ஒரு சில பொருட்களையும் விற்றுவிட்டு, அந்தப் பணத்தைக் கொண்டு சிறிது இறைச்சியை வாங்கி வரும்படி புனித அந்தோணி அந்த இளைஞனிடம் கூறினார். அவன் ஊருக்குள் சென்றுவிட்டுத் திரும்பி வரும் வழியில், அவன் அந்த இறைச்சியைத் தன் உடலில் கட்டிக் கொண்டு வர வேண்டும் என்று அவர் கூறினார்.

அந்த இளைஞன் அவருக்குக் கீழ்ப்படிந்தான். அவன் திரும்பி வந்து கொண்டிருந்தபோது, அந்த இறைச்சியைச் சுவைக்க விரும்பிய நாய்களும் பறவைகளும் அவனைத் தாக்கின.

தன்னுடைய கிழிந்த ஆடைகளுடனும் கீறல்களுடன்கூடிய உடலுடனும் அலங்கோலமாகத்

திரும்பி வந்த அந்த இளைஞன், "நான் வந்துவிட்டேன்," என்று கூறினான்.

"ஒரு புதிய பாதையில் முதலடியை எடுத்து வைக்கின்ற, ஆனால் தங்களுடைய முந்தைய வாழ்க்கையைச் சிறிதளவு இன்னும் பற்றிக் கொள்ள விரும்புகின்ற நபர்கள், இறுதியில் தங்களுடைய கடந்தகாலத்தால் நார்நாராகக் கிழிக்கப்படுவார்கள்," என்று அந்தப் புனிதர் கூறினார்.

மக்தூப்

அந்த ஆசான் இவ்வாறு கூறுகிறார்:

கடவுள் இன்று உங்களுக்குக் கொடுக்கின்ற அனைத்து அழகான விஷயங்களையும் மகிழ்ச்சியோடு அனுபவியுங்கள். உங்களால் அவற்றைச் சேமித்து வைக்க முடியாது. பின்னாளில் பயன்படுத்திக் கொள்வதற்காக அவற்றைச் சேமித்து வைப்பதற்கான எந்தவொரு வங்கியும் இல்லை. அந்த ஆசிர்வாதங்களை இப்போது நீங்கள் பயன்படுத்தாவிட்டால், அவற்றை என்றென்றைக்குமாக நீங்கள் இழந்துவிடுவீர்கள்.

நாம் எல்லோரும் வாழ்வின் கலைஞர்கள் என்பதைக் கடவுள் அறிவார். ஒரு நாள், செதுக்குவதற்கு அவர் நமக்குப் பாறைகளைக் கொடுக்கிறார்; இன்னொரு நாள், அவர் நமக்கு ஓர் ஓவியத் திரையையும் தூரிகைகளையும் கொடுக்கிறார், அல்லது எழுதுவதற்கு ஒரு பேனாவைக் கொடுக்கிறார். ஆனால், ஓவியம் வரைதல் என்று வரும்போது, அந்தப் பாறைகளால் எந்தப் பயனும் இல்லை. அதேபோல, சிற்பங்களைச் செதுக்குவதற்கு அந்தப் பேனாவால் பயனில்லை.

ஒவ்வொரு நாளும் தன் சொந்த அதிசயத்தைத் தன்னகத்தே கொண்டுள்ளது. அந்த ஆசிர்வாதங்களை ஏற்றுக் கொண்டு, இன்று உங்களுடைய சிறிய கலைப் படைப்புகளை உருவாக்குங்கள்.

நாளைக்கு நீங்கள் இன்னும் அதிகமான ஆசிர்வாதங்களைப் பெறுவீர்கள்.

பியெட்ரா ஆற்றின் கரையில், செழிப்பான பசுமை சூழ அமைந்திருந்த அந்தத் துறவு மடம், ஸ்பெயினின் அந்த வறண்ட பகுதியில் ஓர் உண்மையான பாலைவனச் சோலையாகும். அந்த இடத்தில், அச்சிறிய ஆறு, மிக வேகமாகப் பாய்கின்ற ஒரு நீரோட்டமாக மாறி, பல நீர்வீழ்ச்சிகளாகப் பிரிகிறது.

அந்தப் பயணி, அந்த நீரின் இசையைக் கேட்டு இரசித்தவாறே அந்த ஆற்றங்கரையோரமாக நடந்து சென்று கொண்டிருக்கிறார். திடீரென்று, அந்த நீர்வீழ்ச்சிகளில் ஒன்றின் கீழ் ஒரு சிறிய குகை இருப்பதை அவர் கவனிக்கிறார். காலத்தால் வழுவழுப்பாக்கப்பட்டுள்ள அந்தப் பாறைகளையும், இயற்கையால் பொறுமையாக உருவாக்கப்பட்டுள்ள அவற்றின் அழகான வடிவங்களையும் அவர் அவதானிக்கிறார். அங்கிருக்கும் ஒரு தகட்டில், இலக்கியத்திற்கான நோபல் பரிசை வென்ற முதல் பாடலாசிரியரும் இந்தியக் கவிஞரும் தத்துவவியலாளருமான இரவீந்திரநாத் தாகூரின் வார்த்தைகள் இடம்பெற்றிருப்பதை அவர் பார்க்கிறார்:

“இந்தப் பாறைகளை இவ்வளவு கச்சிதமாகச் செதுக்கி வடிவமைத்தது ஒரு சிற்பியின் உளியல்ல. தன்னுடைய மென்மைத்தன்மையாலும், தன் ஆடல் மற்றும் பாடலாலும் அவற்றைச் செதுக்கியது இந்த ஆற்றின் நீர்தான். கடுமை சீரழிக்கிறது, மென்மை வடிவமைக்கிறது.”

அந்த ஆசான் இவ்வாறு கூறுகிறார்:

பலர் மகிழ்ச்சி குறித்து அஞ்சுகின்றனர். அவர்களைப் பொறுத்தவரை, மகிழ்ச்சி என்ற சொல், அவர்கள் தங்களுடைய பழக்கவழக்கங்களை மாற்றிக் கொள்வதையும், தங்களுடைய அடையாளத்தை இழப்பதையும் குறிக்கிறது.

நாம் அடிக்கடி, நமக்கு நிகழ்கின்ற நல்ல விஷயங்களுக்கு நாம் தகுதியானவர்கள் அல்லர் என்று நம்புகிறோம். நாம் அவற்றை ஏற்றுக் கொள்வதில்லை. ஏனெனில், அவற்றை நாம் ஏற்றுக் கொண்டால், கடவுளுக்கு ஏதோ ஒரு விதத்தில் நாம் கடன்பட்டுள்ளோம் என்ற உணர்வை அது நமக்கு ஏற்படுத்துகிறது.

"மகிழ்ச்சியின் கோப்பையிலிருந்து பருகாமல் இருப்பதே நல்லது. ஏனெனில், அது நம்மிடமிருந்து பறிக்கப்பட்டால், நாம் மேலும் அதிகமாகத்தான் துன்புறுவோம்," என்று நாம் நினைக்கிறோம். நாம் மேலும் மதிப்பிழக்கக்கூடும் என்ற மிதமிஞ்சிய பயத்தின் காரணமாக, நாம் வளர்வதையே நிறுத்திவிடுகிறோம். அழுவது குறித்த மிதமிஞ்சிய பயத்தின் காரணமாக, நாம் சிரிப்பதையே நிறுத்திவிடுகிறோம்.

ஒரு நாள் நண்பகலில், ஸ்கெட்டிஸ் மடத்தில், ஒரு துறவி இன்னொரு துறவியை இகழ்ந்து பேசினார். அந்த மடத்தின் தலைமைத் துறவியான சிசோயிஸ், இகழ்ந்து பேசிய துறவியை மன்னித்துவிடும்படி இகழப்பட்டவரிடம் கேட்டுக் கொண்டார்.

"நிச்சயமாக முடியாது," என்று அந்தத் துறவி மறுத்தார். "தன்னுடைய தவற்றுக்கான தண்டனையை அவர் அனுபவித்தாக வேண்டும்."

துல்லியமாக அக்கணத்தில், அந்தத் தலைமைத் துறவி தன்னுடைய கைகளை விண்ணை நோக்கி உயர்த்தி, பிரார்த்தனை செய்யத் தொடங்கினார்:

"கர்த்தரே, நீங்கள் இனியும் எங்களுக்குத் தேவையில்லை. ஏனெனில், குற்றம் இழைத்தவர்கள் தங்களுடைய குற்றங்களுக்கான விலையைக் கொடுப்பதை எங்களாலேயே உறுதி செய்து கொள்ள முடியும். பழி வாங்குவதையும், நன்மைகள் மற்றும் தீமைகளையும் எங்களால் கையாண்டு கொள்ள முடியும். எனவே, தயவு செய்து எங்களை எங்கள் போக்கில் விட்டுவிடுங்கள். எங்களைப் பற்றி இனியும் கவலைப்படாதீர்கள்."

இதைக் கேட்டு வெட்கித் தலைகுனிந்த அந்தத் துறவி, தன்னுடைய சக துறவியை உடனடியாக மன்னித்துவிட்டார்.

மக்தூப்

“ஆன்மிகப் பொக்கிஷம் என்பது உங்களால் மட்டுமே சொந்தமாகக் கண்டுபிடிக்க முடிகின்ற ஒன்று என்று மாபெரும் ஆசான்கள் அனைவரும் கூறுகின்றனர். அப்படி இருக்கும்போது, நாம் ஏன் இங்கு ஒன்றாகச் சேர்ந்திருக்கிறோம்?” என்று ஒரு சீடன் கேட்டான்.

“நீங்கள் எல்லோரும் சேர்ந்து இருப்பதற்குக் காரணம், ஒரு தனி மரத்தைவிட ஒரு காடு எப்போதுமே அதிக வலிமையானது என்பதுதான்,” என்று அந்த ஆசான் விளக்கினார். “காடு ஈரப்பதத்தைத் தக்கவைத்துக் கொள்கிறது. சூறாவளிகளை அதனால் சிறப்பாகத் தாக்குப்பிடிக்க முடியும். மண்ணை வளமாக வைத்திருப்பதற்கு அது உதவுகிறது. ஆனால், மரத்திற்கு வலிமையூட்டுவது அதன் வேர்கள்தாம். ஒரு செடியின் வேர்களால் இன்னொரு செடி வளர உதவ முடியாது.”

அவர் மேலும் தொடர்ந்தார். “ஒரே இலக்கை மனத்தில் கொண்டு ஒன்றாகச் சேர்ந்து இருக்கின்ற அதே நேரத்தில், ஒவ்வொரு தனிநபரும் தன் சொந்த வழியில் வளர்வதற்கு அனுமதிப்பதுதான், கடவுளுடன் தொடர்பு ஏற்படுத்திக் கொள்ள விரும்புவோருக்கான பாதையாகும்.”

அந்தப் பயணிக்குப் பத்து வயதாக இருந்தபோது, அவருடைய தாயார் அவரை ஓர் உடற்பயிற்சி வகுப்பிற்கு அனுப்பி வைத்தார்.

அவற்றில் ஒரு பயிற்சி, ஒரு பாலத்திலிருந்து நீருக்குள் குதிப்பதை உள்ளடக்கியிருந்தது. அந்தப் பயணி எப்போதும் வரிசையின் கடைசியில் சென்று நின்று கொள்வார். தன்னுடைய முறை விரைவில் வந்துவிடும் என்ற பெரும் பயத்துடன், தனக்கு முன்னால் நின்ற மாணவர்கள் ஒவ்வொருவராக நீருக்குள் குதித்ததை அவர் கவனித்துக் கொண்டிருப்பார். ஒரு நாள், அவர் மிகவும் பயந்து போயிருந்ததைக் கண்ட அவருடைய பயிற்றுவிப்பாளர், வரிசையில் முதல் ஆளாக அவரைக் கொண்டுவந்து நிறுத்தி, நீருக்குள் குதிக்கும்படி அவரிடம் கூறினார்.

அந்தப் பயணி இன்னும் பயத்துடன்தான் இருந்தார். ஆனால், அது விரைவாக நடந்து முடிந்துவிட்டதால், அவருடைய பயம் மாயமாய் மறைந்துவிட்டது.

அந்த ஆசான் இவ்வாறு கூறுகிறார்:

பெரும்பாலான நேரங்களில், நாம் செய்ய வேண்டியதெல்லாம், விஷயங்கள் தம் போக்கில் நிகழ அனுமதிப்பதுதான். பிற நேரங்களில், நாம் வரிந்து கட்டிக் கொண்டு செயலில் இறங்கியாக வேண்டும். அக்கணத்தைத் தள்ளிப்போடுவதுதான் நீங்கள் செய்யக்கூடிய மிக மோசமான விஷயமாக இருக்கும்.

மக்தூப்

ஒரு நாள் காலையில், புத்தர் தன்னுடைய சீடர்களிடையே அமர்ந்திருந்தபோது, ஒருவன் அவரை நோக்கி வந்தான்.

"கடவுள் இருக்கிறாரா?" என்று அவன் கேட்டான்.

"ஆமாம், கடவுள் இருக்கிறார்," என்று புத்தர் கூறினார்.

நண்பகல் உணவுக்குப் பிறகு, இன்னொருவன் புத்தரிடம் வந்தான்.

"கடவுள் இருக்கிறாரா?" என்று அவன் கேட்டான்.

"இல்லை, கடவுள் இல்லை," என்று புத்தர் பதிலளித்தார்.

அன்று பிற்பகலில், மூன்றாவதாக ஒருவன் அதே கேள்வியைக் கேட்டான்.

"கடவுள் இருக்கிறாரா?"

"அதைத் தீர்மானிக்க வேண்டியது நீங்கள்தான்," என்று புத்தர் கூறினார்.

அப்போது புத்தரின் சீடர்களில் ஒருவன், "ஆசானே, இது அபத்தமாக இருக்கிறது. அதே கேள்விக்கு எப்படி வெவ்வேறு பதில்களை உங்களால் கொடுக்க முடியும்?" என்று கேட்டான்.

"ஏனெனில், அம்மக்கள் வித்தியாசமானவர்கள். அவர்கள் ஒவ்வொருவரும், உறுதிப்பாடு, மறுப்பு, அல்லது சந்தேகத்தின் மூலமாக, கடவுளைத் தத்தம் சொந்த வழியில் அணுகுவர்."

நாம் எல்லோரும், நடித்தல், விஷயங்களைச் செய்தல், தீர்மானங்கள் மேற்கொள்ளுதல், ஏற்பாடுகள் செய்தல் போன்றவற்றில் நம்மைத் தொலைத்துக்கொண்டிருக்கிறோம். நாம் எப்போதுமே ஏதோ ஒன்றைத் திட்டமிடவும், வேறொன்றை நிறைவு செய்யவும், மூன்றாவது ஒன்றைக் கண்டுபிடிக்கவும் முயற்சி செய்து கொண்டிருக்கிறோம்.

அதில் தவறேதும் இல்லை. ஏனெனில், நாம் இவ்வுலகை இப்படித்தான் கட்டியெழுப்புகிறோம், இப்படித்தான் மாற்றுகிறோம். ஆனால், வழிபாடு எனும் செயலும் வாழ்வின் ஒரு பகுதியாகும்.

அவ்வப்போது சற்று நிதானித்து, உங்களைவிட்டு வெளியே வந்து, பிரபஞ்சத்தின் முன்னால் அமைதியாக நில்லுங்கள்.

உடலையும் ஆன்மாவையும் ஒருமுகப்படுத்தி மண்டியிட்டு நில்லுங்கள். எதையும் கேட்காமல், எதைப் பற்றியும் சிந்திக்காமல், நன்றியுணர்வுகூடக் கொள்ளாமல் வெறுமனே அமைதியாக இருங்கள். நம்மை ஆட்கொள்கின்ற அமைதியான அன்பை அனுபவியுங்கள். அத்தகைய கணங்களில், எதிர்பாராத ஒரு சில கண்ணீர்த் துளிகள் உதிரக்கூடும். அவை மகிழ்ச்சிக் கண்ணீரோ அல்லது துயரக் கண்ணீரோ அல்ல.

வியப்படைய வேண்டாம். இது ஒரு பரிசு. அந்தக் கண்ணீர்த் துளிகள் உங்கள் ஆன்மாவைக் கழுவித் தூய்மைப்படுத்திக் கொண்டிருக்கின்றன.

மக்தூப்

அந்த ஆசான் இவ்வாறு கூறுகிறார்:

நீங்கள் அழுதாக வேண்டுமென்றால், குழந்தைகள் அழுவதைப்போல அழுங்கள்.

ஒரு காலத்தில் நீங்களும் ஒரு குழந்தையாக இருந்தீர்கள். வாழ்வில் நீங்கள் கற்றுக் கொண்ட முதல் சில விஷயங்களில் ஒன்று அழுவது. ஏனெனில், உயிருடன் இருப்பதன் ஒரு பகுதி அது. நீங்கள் சுதந்திரமானவர் என்பதையும், உங்களுடைய உணர்ச்சிகளை வெளிக்காட்டுவதில் எந்த அவமானமும் இல்லை என்பதையும் ஒருபோதும் மறக்காதீர்கள்.

கத்துங்கள், சத்தமாக அழுங்கள், நீங்கள் விரும்பினால் கூப்பாடு போடுங்கள். ஏனெனில், குழந்தைகள் இப்படித்தான் அழுகின்றனர், தங்களுடைய இதயத்தைத் தேற்றுவதற்கான ஆற்றல்மிக்க வழி இதுதான் என்பதை அவர்கள் அறிந்துள்ளனர்.

குழந்தைகள் எவ்வாறு தங்கள் அழுகையை நிறுத்துகின்றனர் என்பதை நீங்கள் கவனித்திருக்கிறீர்களா?

ஏதோ ஒன்று அவர்களுடைய கவனத்தைத் திசை திருப்புகிறது, வேறு ஏதோ ஒரு புதிய சாகசத்திற்கு ஏதோ ஒன்று அவர்களை அழைக்கிறது.

குழந்தைகள் மிக விரைவாக அழுகையை நிறுத்திவிடுகின்றனர்.

உங்களுக்கும் அது அப்படித்தான் இருக்கும், ஆனால் நீங்கள் ஒரு குழந்தை அழுகின்ற விதத்தில் அழுதால் மட்டுமே!

பாலோ கொயலோ

அந்த பயணி தன் தோழியான ஒரு வழக்கறிஞருடன் ஃபோர்ட் லாடர்டேலில் நண்பகல் உணவருந்திக் கொண்டிருந்தார். அவர்களுக்குப் பக்கத்து மேசையில் அமர்ந்திருந்த ஒருவர், மிதமிஞ்சிய குடிபோதையில், அவர்களுடைய உரையாடலில் குறுக்கிட்டுப் பேச முயன்று கொண்டிருந்தார். ஒரு கட்டத்தில், தங்களைத் தொந்தரவு செய்யாமல் இருக்கும்படி அந்த வழக்கறிஞர் அந்நபரிடம் கேட்டுக் கொண்டபோது, அந்தக் குடிகாரர் இவ்வாறு கூறினார்:

"ஏன்? நிதானத்தில் இருக்கின்ற ஒருவனால் பேச முடியாத விதத்தில் அன்பைப் பற்றி நான் பேசினேன். நான் மகிழ்ச்சியாக உணர்ந்தேன். என்னுடைய அந்த மகிழ்ச்சியை இரண்டு அந்நியர்களிடம் நான் தெரிவிக்க விரும்பினேன். அதிலென்ன தவறு?"

"இது அதற்கான சரியான நேரமல்ல," என்று அப்பெண் கூறினார்.

"நீங்கள் மகிழ்ச்சியாக இருப்பதை வெளிக்காட்டுவதற்கு ஒரு சரியான நேரம் இருக்கிறது என்று நீங்கள் கூறுகிறீர்களா?"

அந்தப் பயணியும் அப்பெண்ணும் உடனடியாக அந்நபரைத் தங்கள் மேசைக்கு அழைத்தனர்.

அந்த ஆசான் இவ்வாறு கூறுகிறார்:

நாம் நம்முடைய உடலைப் பேணிப் பாதுகாக்க வேண்டும். ஏனெனில், நம்முடைய புனித ஆன்மாவின் உறைவிடம் அது. அது நம்முடைய மதிப்பிற்கும் அன்பிற்கும் தகுதியானது.

நாம் நம்முடைய நேரத்தை ஆகச் சிறந்த விதத்தில் பயன்படுத்திக் கொள்ள வேண்டும். ஏனெனில், நாம் நம் கனவுகளுக்காகப் போராடியாக வேண்டும், நம்முடைய முயற்சிகள் அனைத்தையும் அந்தப் போராட்டத்தில் நாம் ஒன்றுகுவித்தாக வேண்டும்.

ஆனாலும், சிறிய இன்பங்களால் ஆனதே வாழ்க்கை என்பதை நினைவில் வைத்திருப்பதும் முக்கியம். நமக்கு ஒரு தூண்டுகோலாக இருக்கவும், நம்முடைய தேடலில் நமக்கு உதவவும், நம்முடைய அன்றாடப் போராட்டங்களை நாம் சமாளித்துக் கொண்டிருக்கையில் நமக்கு ஒரு சில கணங்கள் ஓய்வளிக்கவுமே அந்த இன்பங்கள் நமக்கு வழங்கப்பட்டுள்ளன.

மகிழ்ச்சியாக இருத்தல் ஒரு பாவமல்ல. உணவு, தூக்கம், மகிழ்ச்சி ஆகியவை தொடர்பான சில குறிப்பிட்ட விதிமுறைகளை அவ்வப்போது மீறுவதில் எந்தத் தவறும் இல்லை.

அவ்வப்போது உங்கள் நேரத்தை முட்டாள்தனமான சில விஷயங்களில் நீங்கள் விரயம் செய்தால், அதற்காக

உங்களைக் குறை கூறாதீர்கள். அவையெல்லாம், நாம் தொடர்ந்து நம் வாழ்வில் நடைபோட நமக்கு மாபெரும் தூண்டுதல்களை வழங்குகின்ற சிறு இன்பங்களே.

மக்தூப்

கடவுளின் செய்தியைப் பரப்புவதற்காக அந்த ஆசான் தனியாகப் பல்வேறு இடங்களுக்குப் பயணித்துக் கொண்டிருந்தபோது, அவர் தன் சீடர்களுடன் வாழ்ந்து கொண்டிருந்த வீடு தீப்பற்றிக் கொண்டது.

"அவர் இந்த வீட்டை நம்மை நம்பி நம்மிடம் ஒப்படைத்தார், ஆனால் நாம் அதைப் பாதுகாக்கத் தவறிவிட்டோம்," என்று அவருடைய சீடர்களில் ஒருவன் கூறினான்.

உடனே அவர்கள் எல்லோருமாகச் சேர்ந்து, எரிந்து கிடந்த எச்சங்களிலிருந்து அந்த வீட்டை மீண்டும் கட்டத் தொடங்கினர். ஆனால், அந்த ஆசான், எதிர்பார்க்கப்பட்டதைவிட விரைவாக வீடு திரும்பினார். நடைபெற்றுக் கொண்டிருந்த கட்டுமானப் பணியை அவர் பார்த்தபோது, அவர் உற்சாகமாக இவ்வாறு கூறினார்:

"ஆகா, ஒரு புதிய வீடு! நாம் செல்வந்தர்கள் ஆகிவிட்டோம்!"

அவமானமாக உணர்ந்த ஒரு சீடன், உண்மையில் நிகழ்ந்திருந்ததை அவரிடம் கூறினான்.

"எனக்குப் புரியவில்லை," என்று அந்த ஆசான் கூறினார். "இங்கு என் பார்வைக்குத் தெரிவதெல்லாம், வாழ்வில் நம்பிக்கை கொண்டு, தங்கள் வாழ்வில் ஒரு புதிய கட்டத்தைத் தொடங்கிக் கொண்டிருக்கின்ற மனிதர்களைத்தான். தங்களிடம் இருந்த ஒரே ஒரு பொருளைத் தொலைத்துள்ளவர்கள், பலரைவிட

ஒரு சிறந்த நிலையில் உள்ளனர். ஏனெனில், இனி அவர்கள் இழப்பதற்கு எதுவுமில்லை. இக்கணத்திலிருந்து அவர்களுக்குக் கிடைக்கப் போவதெல்லாம் இலாபம் மட்டுமே.”

பியானோ கலைஞரான ஆர்தர் ரூபின்ஸ்டைன், நியூ யார்க்கிலுள்ள ஓர் உயர்தர உணவகத்தில் நண்பகல் உணவருந்தச் செல்வதற்குத் தாமதமாகிவிட்டது. அதனால், அவருடைய நண்பர்கள் கவலைப்படத் தொடங்கினர். ஆனால், இறுதியில், தன்னைவிட முப்பது வயது குறைவான ஒரு வசீகரமான பெண்ணுடன் கைகோர்த்தபடி ரூபின்ஸ்டைன் அங்கு வந்து சேர்ந்தார்.

அவருடைய கஞ்சத்தனம் ஊரறிந்த விஷயமாக இருந்தபோதிலும், அன்று மிகவும் விலையுயர்ந்த பதார்த்தங்களையும், மிக அரிய வகை ஒயின்களையும் அவர் ஆர்டர் செய்தார். எல்லோரும் சாப்பிட்டு முடித்தப் பின், தன் உதடுகளில் ஒரு புன்னகையுடன் அவர் அந்த உணவுக்கான கட்டணத்தைச் செலுத்தினார்.

“நீங்கள் எல்லோரும் குழப்பத்தில் இருக்கிறீர்கள் என்பது எனக்குத் தெரியும்,” என்று கூறிய ரூபின்ஸ்டைன், மேலும் தொடர்ந்தார். “ஆனால் இன்று நான் என்னுடைய உயிலைத் தயாரிப்பதற்காக என்னுடைய வழக்கறிஞரைப் பார்க்கச் சென்றேன். என் மகளுக்கும் என் உறவினர்களுக்கும் ஒரு பெரும் தொகையை நான் எழுதி வைத்தேன். பல்வேறு தொண்டு நிறுவனங்களுக்கு நான் தாராளமாக நன்கொடை வழங்கினேன். அப்போது, திடீரென்று, என்னை நான் என்னுடைய உயிலில் சேர்த்துக்

கொள்ளவில்லை என்பதை நான் உணர்ந்தேன். எல்லா பணமும் மற்றவர்களுக்குப் போய்க் கொண்டிருந்தது!

"இனிமேல், நான் என்னிடம் அதிக தாராளமாக நடந்து கொள்ளப் போவதாக நான் தீர்மானித்தேன்."

மக்தூப்

அந்த ஆசான் இவ்வாறு கூறுகிறார்:

நீங்கள் உங்கள் கனவுகளின் பாதையைப் பின்தொடர்ந்து சென்று கொண்டிருக்கிறீர்கள் என்றால், அதற்கு உங்களை முழுமையாக அர்ப்பணித்துக் கொள்ளுங்கள். "இல்லை, நான் விரும்பியது இதுவல்ல!" என்ற சாக்குப்போக்குடன், அப்பாதையிலிருந்து வெளியேறுவதற்கான கதவைத் திறந்து வைக்காதீர்கள். அந்தச் சொற்களில் தோல்விக்கான விதை பொதிந்துள்ளது.

நீங்கள் தேர்ந்தெடுத்துள்ள பாதையில் நீங்கள் எப்போதேனும் தடுமாறினாலும், இதைவிடச் சிறப்பாக உங்களால் செயல்பட முடியும் என்பதை நீங்கள் அறிந்திருந்தாலும், அந்தப் பாதையை உளமார ஏற்றுக் கொள்ளுங்கள். நிகழ்கணத்தில் உங்களால் என்ன செய்ய முடியுமோ அதை நீங்கள் ஏற்றுக் கொண்டால், எதிர்காலத்தில் நீங்கள் நிச்சயமாக மேம்படுவீர்கள். ஆனால் நீங்கள் உங்களுடைய குறைகளை மறுத்தால், நீங்கள் அவற்றிலிருந்து ஒருபோதும் விடுபட மாட்டீர்கள்.

உங்களுடைய பயணத்தைத் துணிச்சலோடு எதிர்கொள்ளுங்கள். மற்றவர்களுடைய விமர்சனங்கள் குறித்து அஞ்சாதீர்கள். எல்லாவற்றுக்கும் மேலாக, உங்களுடைய சுயவிமர்சனம் உங்களை முடக்கிப் போட ஒருபோதும் அனுமதித்துவிடாதீர்கள்.

தூக்கமற்ற இரவுகளில் கடவுள் உங்களுடன் இருப்பார். வெளியே தெரியாமல் மறைவாக இருக்கின்ற உங்களுடைய கண்ணீரை அவர் தன் அன்பால் துடைப்பார்.

கடவுள் துணிச்சல்காரர்களின் கடவுளாவார்.

மக்தூப்

தங்கள் எல்லோருக்கும் சிறிது உணவைச் சேகரித்துக் கொண்டு வரும்படி அந்த ஆசான் தன் சீடர்களிடம் கூறினார். அவர்கள் பயணித்துக் கொண்டிருந்ததால், அவர்களால் தங்களுக்காகச் சமைக்க முடியவில்லை.

பொழுது சாய்ந்து கொண்டிருந்த நேரத்தில் சீடர்கள் அனைவரும் திரும்பி வந்தனர். அவர்கள் ஒவ்வொருவரும், மக்கள் கொடுத்திருந்த அழுகிய பழங்கள், பழைய ரொட்டித் துண்டுகள், புளித்துப் போன பழரசம் போன்றவற்றைக் கொண்டுவந்திருந்தனர்.

ஆனால், ஒரு சீடன் மட்டும் ஒரு பை நிறைய பழுத்த ஆப்பிள்களைக் கொண்டுவந்திருந்தான்.

அவன் அந்த ஆப்பிள்களை எல்லோருடனும் பகிர்ந்து கொண்டே, "என் ஆசானுக்கும் என் சகோதரர்களுக்கும் உதவுவதற்கு என்னால் முடிந்ததை எப்போதும் நான் செய்வேன்," என்று கூறினான்.

"இவை உனக்கு எங்கிருந்து கிடைத்தன?" என்று அந்த ஆசான் கேட்டார்.

"நான் அவற்றைத் திருட வேண்டியதாயிற்று," என்று அவன் கூறினான். "நாம் கடவுளின் செய்தியைப் பரப்பிக் கொண்டிருக்கிறோம் என்பதை அறிந்திருந்தும்கூட, நான் சந்தித்த மக்கள் எல்லோரும், கெட்டுப் போன பழைய உணவை மட்டுமே எனக்குக் கொடுத்தனர்."

“நீ இந்த ஆப்பிள்களை எடுத்துக் கொண்டு இங்கிருந்து போய்விடு. இனி ஒருபோதும் இங்குத் திரும்பி வராதே,” என்று அந்த ஆசான் கூறினார். “ ‘எனக்காகத்’ திருடுகின்ற எவரொருவரும் இறுதியில் ‘என்னிடமிருந்தே’ திருடுவார்கள்.”

மக்தூப்

நம்முடைய கனவுகளையும் நம்முடைய இலட்சியங்களையும் தேடி நாம் இந்த உலகிற்குள் அடியெடுத்து வைக்கிறோம். நாம் பெரும்பாலும், உண்மையில் எளிதில் அடையக்கூடிய விஷயங்களை எளிதில் அணுகப்பட முடியாத இடங்களில் வைக்கிறோம். நாம் நம்முடைய தவற்றை உணரும்போது, எப்போதும் நம் கைக்கெட்டும் தொலைவில் இருந்த ஒன்றை வெகுதூரத்தில் எங்கோ ஓரிடத்தில் தேடுவதில் நாம் நம் நேரத்தை வீணாக்கியுள்ளோம் என்று நான் உணர்கிறோம். நாம் செய்துள்ள தவறுகளுக்காகவும், வீணான தேடலில் ஈடுபட்டதற்காகவும், நாம் விளைவித்துள்ள மகிழ்ச்சியின்மைக்காகவும் நம்மை நாமே குறை கூறுகிறோம்.

அந்த ஆசான் இவ்வாறு கூறுகிறார்:

பொக்கிஷம் உங்களுடைய சொந்த வீட்டில் புதைக்கப்பட்டிருந்தாலும், நீங்கள் வெகுதூரம் சென்ற பிறகுதான் அதை நீங்கள் கண்டுபிடிப்பீர்கள். இயேசுவை மறுத்ததால் விளைந்த வலியைப் பீட்டர் அனுபவித்திருக்காவிட்டால், அவர் தேவாலயத்தின் பாதிரியாராகத் தேர்ந்தெடுக்கப்பட்டிருக்க மாட்டார். ஊதாரித்தனமான மகன் எல்லாவற்றையும் விட்டுவிட்டு வீட்டைவிட்டுப் போகாமல் இருந்திருந்தால், அவன் திரும்பி வந்தபோது அவனுடைய தந்தை ஒரு விருந்து வைத்து அவனுடைய வரவைக் கொண்டாடியிருந்திருக்க மாட்டார்.

நம் வாழ்வில் உள்ள சில விஷயங்கள், பின்வரும் சொற்கள் பொறிக்கப்பட்டுள்ள ஒரு முத்திரையைத் தாங்கி நிற்கின்றன: “நீ என்னை இழந்துவிட்டு மீண்டும் என்னைக் கண்டுபிடிக்கும்போது மட்டும்தான் என்னுடைய மதிப்பை நீ புரிந்து கொள்வாய்.” பயணத்தைச் சுருக்கிக் கொள்ள முயற்சிப்பதால் எந்தப் பயனும் இல்லை.

மக்தூப்

அந்த ஆசான் தனக்கு மிகவும் பிடித்தமான சீடனைச் சந்தித்து, அவன் தன்னுடைய ஆன்மிக வாழ்வில் எவ்வாறு முன்னேறிக் கொண்டிருந்தான் என்று அவனிடம் கேட்டார். தன்னுடைய நாளின் ஒவ்வொரு கணத்தையும் தான் கடவுளுக்கு அர்ப்பணித்துக் கொண்டிருந்ததாக அந்தச் சீடன் பதிலளித்தான்.

"அப்படியானால், மிச்சமிருப்பதெல்லாம், நீ உன்னுடைய எதிரிகளை மன்னிப்பது மட்டும்தான்," என்று அந்த ஆசான் கூறினார்.

அச்சீடன் அதிர்ச்சியுடன் அவரை நோக்கித் திரும்பினான்.

"ஆனால், நான் அவர்களை மன்னிக்க வேண்டியதில்லை. ஏனெனில், என் எதிரிகள்மீது எனக்கு எந்தக் கோபமும் இல்லை."

"கடவுள் உன்னிடம் கோபமாக இருப்பதாக நீ நினைக்கிறாயா?" என்று அந்த ஆசான் கேட்டார்.

"நிச்சயமாக இல்லை!" என்று அச்சீடன் கூறினான்.

"ஆனாலும் நீ அவரிடம் மன்னிப்புக் கோருகிறாய், இல்லையா? அதையே நீ உன்னுடைய எதிரிகளிடமும் செய் – நீ அவர்களை வெறுக்காவிட்டாலும்கூட. மன்னிப்பதன் மூலம் நீ உன்னுடைய சொந்த இதயத்தைத் தூய்மைப்படுத்தி அதற்கு நறுமணமூட்டுகிறாய்."

டூலான் நகரம் முற்றுகையிடப்பட்டபோது நடத்தப்பட்டத் தீவிரமான குண்டுவெடிப்புத் தாக்குதல்களின்போது, இளம் நெப்போலியன் ஓர் இலையைப்போல நடுங்கிக் கொண்டிருந்தார்.

ஒரு வீரன் அதைப் பார்த்துவிட்டு, தன் சக வீரர்களிடம் இவ்வாறு கூறினான்:

"அங்கே பாருங்கள், அவன் முற்றிலும் பயந்து போயிருக்கிறான்!"

"ஆமாம்," என்று கூறிய நெப்போலியன், "ஆனாலும் நான் தொடர்ந்து சண்டையிட்டுக் கொண்டிருக்கிறேன். நான் உணர்ந்து கொண்டிருக்கின்ற பயத்தில் பாதியை நீ உணர்ந்தால், நெடுநேரத்திற்கு முன்பே நீ இங்கிருந்து ஓட்டமெடுத்திருப்பாய்," என்று குறிப்பிட்டார்.

அந்த ஆசான் இவ்வாறு கூறுகிறார்:

பயம் என்பது கோழைத்தனத்தின் ஓர் அறிகுறி அல்ல. பயம்தான் ஒவ்வொரு சூழ்நிலையிலும் நாம் துணிச்சலோடும் கண்ணியத்தோடும் செயல்பட நம்மைத் தூண்டுகிறது. பயத்தை உணர்ந்தும் நெஞ்சுரத்தோடு தொடர்ந்து முன்னோக்கி நடைபோடுகின்ற எவரொருவரும் தன் துணிச்சலை வெளிப்படுத்துகிறார். ஆபத்தான சூழ்நிலைகளை எதிர்கொண்டுள்ள, ஆனால் அந்த ஆபத்து குறித்த விழிப்புணர்வு இல்லாத ஒருவர், வெறுமனே பொறுப்பற்று நடந்து கொள்கிறார்.

மக்தூப்

அந்தப் பயணி, புனித யோவானின் திருநாள் கொண்டாட்டத்தில் கலந்து கொண்டிருந்தார். கடைகள், வீட்டில் சமைக்கப்பட்ட உணவுப் பதார்த்தங்கள், விளையாட்டுத் துப்பாக்கிகளால் பொருட்களைச் சுடுவதை உள்ளடக்கிய விளையாட்டுகள் போன்றவை அந்தக் கொண்டாட்டத்தில் இடம்பெற்றிருந்தன.

திடீரென்று, ஒரு கோமாளி அந்தப் பயணியின் ஒவ்வோர் அசைவையும் அப்படியே நகலெடுக்கத் தொடங்கினான். மற்றவர்கள் அதைக் கண்டு சிரித்தனர். அந்தப் பயணியும் சிரித்தார். இறுதியில், தன்னுடன் காபி அருந்த வருமாறு அவர் அந்தக் கோமாளிக்கு அழைப்பு விடுத்தார்.

“வாழ்க்கையைத் துடிப்போடும் உற்சாகத்தோடும் வாழுங்கள்,” என்று அந்தக் கோமாளி கூறினான். “நீங்கள் உயிரோடு இருக்கிறீர்கள் என்றால், நீங்கள் உங்கள் கைகளை உற்சாகமாக ஆட்ட வேண்டும், மேலும் கீழும் துள்ளிக் குதிக்க வேண்டும், உரக்கச் சத்தம் எழுப்ப வேண்டும், மக்களுடன் பேசவும் அவர்களோடு சேர்ந்து சிரிக்கவும் வேண்டும். ஏனெனில், வாழ்க்கை என்பது மரணத்திற்கு நேரெதிரானது. இறத்தல் என்றால் என்றென்றும் ஒரே நிலையில் இருப்பது என்று பொருள். நீங்கள் அசையாமல் மிகவும் நிலையாக இருந்தால், நீங்கள் முழுமையாக உயிரோடு இல்லை என்று பொருள்.”

பாலோ கொயலோ

பெரும் அதிகாரம் படைத்த ஓர் அரசன், தன்னுடைய முதுகுவலியைக் குணப்படுத்தத் தனக்கு உதவுவதற்காக, பிணிநீக்கும் சக்தி படைத்தவராகக் கருதப்பட்ட ஒரு புனிதத் துறவியைத் தன் அரசவைக்கு வரவழைத்தான்.

"கடவுள் நமக்கு உதவுவார்," என்று அந்தத் துறவி கூறினார். "ஆனால், நாம் முதலில் வலிக்கான காரணத்தைப் புரிந்து கொள்ள வேண்டும். ஒப்புதல் வாக்குமூலம் நாம் நம்முடைய பிரச்சனைகளை நேருக்கு நேர் எதிர்கொள்ளும்படி செய்கிறது, பல விஷயங்களிலிருந்து நம்மை விடுவிக்கிறது."

அந்த அரசனின் வாழ்க்கையைப் பற்றியும், அவன் தன்னுடைய சக மனிதர்களை நடத்திய விதம் பற்றியும், ஓர் அரசனாக இருப்பதிலுள்ள பிரச்சனைகள் மற்றும் கவலைகளைப் பற்றியும், இன்னும் பலவற்றைப் பற்றியும் அத்துறவி அந்த அரசினிடம் கேள்வி கேட்கத் தொடங்கினார். இந்தப் பிரச்சனைகளையெல்லாம் பற்றிச் சிந்திப்பது அந்த அரசனுக்குச் சலிப்பூட்டியது. அவன் அத்துறவியிடம் திரும்பி இவ்வாறு கூறினான்:

"இத்தகைய விவகாரங்களைப் பற்றி நான் பேச விரும்பவில்லை. தயவு செய்து, என்னிடம் எந்தக் கேள்வியும் கேட்காமல் என்னைக் குணப்படுத்தக்கூடிய எவரையேனும் இங்கு அழைத்து வாருங்கள்."

அத்துறவி அங்கிருந்து புறப்பட்டுச் சென்றுவிட்டு, ஓர் அரை மணி நேரம் கழித்து இன்னொருவருடன் திரும்பி வந்தார்.

“இதோ, உங்களுக்குத் தேவையான நபர் இவர்தான்,” என்று அத்துறவி கூறினார். “என் நண்பராகிய இவர் ஒரு கால்நடை மருத்துவர். இவர் வழக்கமாகத் தன் நோயாளிகளிடம் பேசுவதில்லை.”

ஒரு நாள் காலையில், ஒரு சீடனும் அவனுடைய ஆசானும் ஒரு கிராமப்புறத்தில் நடந்து சென்று கொண்டிருந்தனர்.

தன் உடலைத் தூய்மைப்படுத்தக்கூடிய ஏதேனும் ஓர் உணவு முறையைத் தனக்குப் பரிந்துரைக்கும்படி அந்தச் சீடன் அந்த ஆசானிடம் கேட்டான். ஆனால், எல்லா உணவும் புனிதமானதுதான் என்று அந்த ஆசான் எவ்வளவு வலியுறுத்தியும்கூட, அந்தச் சீடன் அவரை நம்ப மறுத்தான்.

"நம்மைக் கடவுளுக்கு நெருக்கமானவர்களாக ஆக்கக்கூடிய ஏதேனும் உணவு கண்டிப்பாக இருந்தாக வேண்டும்," என்று அவன் கூறினான்.

"நீ சொல்வது சரியாக இருக்கக்கூடும். எடுத்துக்காட்டாக, அதோ, அங்கே இருக்கின்ற காளான்கள்," என்று அந்த ஆசான் கூறினார்.

அந்தக் காளான்கள் தனக்குத் தூய்மையையும் பேருவகையையும் தரும் என்று நினைத்து அந்தச் சீடன் உற்சாகமடைந்தான். ஆனால், அவன் அந்தக் காளான்களுக்கு அருகில் சென்று அவற்றை உற்று நோக்கியபோது, அவன் அலறினான்:

"இவை நச்சுக் காளான்கள்! இவற்றில் ஒன்றை நான் சாப்பிட்டால், ஒரு மணி நேரத்திற்குள் நான் இறந்துவிடுவேன்!"

"உணவின் மூலம் கடவுளை நெருங்குவதற்கு எனக்குத் தெரிந்த ஒரே வழி இதுதான்," என்று அந்த ஆசான் கூறினார்.

மக்தூப்

1981 ஆம் ஆண்டின் குளிர்காலத்தில், அந்தப் பயணியும் அவருடைய மனைவியும் பிராக் நகரத் தெருக்கள் வழியாக நடந்து சென்று கொண்டிருந்தபோது, ஓர் இளைஞன் தன்னைச் சுற்றிலும் இருந்த கட்டடங்களை ஓவியங்களாக வரைந்து கொண்டிருந்ததை அவர்கள் கண்டனர். அந்த ஓவியங்களில் ஒன்று அந்தப் பயணிக்கு மிகவும் பிடித்துப் போயிற்று. எனவே, அவர் அதை வாங்குவதென்று தீர்மானித்தார்.

அவர் பணத்தை நீட்டியபோது, வெப்பநிலை 23 டிகிரி ஃபாரன்ஹீட்டாக இருந்தபோதிலும் அந்த இளைஞன் கையுறைகள் அணிந்திருக்கவில்லை என்பதை அவர் கவனித்தார்.

"நீங்கள் ஏன் கையுறைகள் அணியவில்லை?" என்று அவர் கேட்டார்.

"என் பென்சிலை ஒழுங்காகப் பிடித்துக் கொள்வதற்காக நான் கையுறைகள் அணிவதில்லை."

அவர்கள் பிராக் நகரத்தைப் பற்றிச் சிறிது நேரம் பேசினர். அந்தப் பயணியின் மனைவியை ஓர் ஓவியமாக வரைந்து அதை இலவசமாக அவர்களுக்குக் கொடுப்பதென்று அந்த இளைஞன் தீர்மானித்தான்.

அவன் காத்துக் கொண்டிருந்தபோது, விநோதமான ஏதோ நிகழ்ந்திருந்ததை அந்தப் பயணி உணர்ந்தார்; அவரும் அந்த இளைஞனும் பரஸ்பரம் அடுத்தவருடைய

மொழியை அறிந்திருக்காதபோதிலும், அவர்கள் ஏறத்தாழ ஐந்து நிமிடங்களாகப் பேசிக் கொண்டிருந்திருந்தனர்.

சைகைகள், புன்னகைகள், முகபாவனைகள் ஆகியவற்றை மட்டுமே பயன்படுத்தி அவர்கள் ஒருவரோடு ஒருவர் கருத்துகளைப் பரிமாறியிருந்தனர், ஆனால் விஷயங்களைப் பகிர்ந்து கொள்ள வேண்டும் என்ற விருப்பத்தால் அவர்கள் உந்தப்பட்டிருந்ததால், சொற்களின்றி மொழியின் உலகிற்குள் அவர்கள் நுழைந்திருந்தனர்.

மக்தூப்

ஹசமின் நண்பர் ஒருவர் அவரை ஒரு மசூதிக்கு அழைத்துச் சென்றார். அந்த மசூதியின் கதவருகே, பார்வையற்ற ஒரு மனிதர் பிச்சை கேட்டுக் கொண்டிருந்தார்.

"பார்வையற்ற இவர்தான் இந்நாட்டிலேயே மிகப் பெரிய ஞானி," என்று அந்த நண்பர் கூறினார்.

"நீங்கள் எவ்வளவு காலமாகப் பார்வையின்றி இருந்து வந்திருக்கிறீர்கள்?" என்று ஹசம் அந்தப் பிச்சைக்காரரிடம் கேட்டார்.

"நான் பிறந்ததிலிருந்து," என்று அந்நபர் கூறினார்.

"இவ்வளவு ஞானத்தை எவ்வாறு நீங்கள் பெற்றீர்கள்?"

"என்னுடைய பார்வையின்மையை ஏற்றுக் கொள்ள மறுத்துவிட்டு, ஒரு வானியலாளராக ஆக நான் முயற்சித்தேன். வானத்தை என்னால் பார்க்க முடியாததால், நட்சத்திரங்களையும் சூரியனையும் பிற நட்சத்திர மண்டலங்களையும் நான் கற்பனை செய்ய வேண்டியிருந்தது. நான் கடவுளின் படைப்புகளை எவ்வளவு அதிகமாக நெருங்கினேனோ, அவருடைய ஞானத்தை நான் அவ்வளவு அதிகமாக நெருங்கினேன்," என்று அந்நபர் கூறினார்.

ஸ்பெயினில் உள்ள ஓலைட் என்ற ஒரு சிறுநகரத்தின் அருகே ஓர் ஒதுக்குப்புறமான இடத்தில் அமைந்திருந்த ஒரு மதுவிடுதியில், அதன் உரிமையாளர், பின்வரும் அறிவிப்பை ஒரு பலகையில் எழுதித் தொங்கவிட்டிருந்தார்:

"ஒருவழியாக அனைத்து விடைகளையும் நான் கண்டுபிடித்திருந்தபோது, அவர்கள் அனைத்துக் கேள்விகளையும் மாற்றிவிட்டனர்."

அந்த ஆசான் இவ்வாறு கூறுகிறார்:

விடைகளைக் கண்டுபிடிக்க நாம் எப்போதும் மும்முரமாக முயற்சித்துக் கொண்டிருக்கிறோம். வாழ்வின் அர்த்தத்தை நாம் புரிந்து கொள்ள வேண்டுமெனில் விடைகள் முக்கியம் என்று நாம் கருதுகிறோம்.

வாழ்க்கையை முழுமையாக வாழ்வதும், வாழ்வின் அர்த்தம் தன்னைத் தானே வெளிப்படுத்திக் கொள்வதற்கான நேரத்தைக் கொடுப்பதும் அதைவிட முக்கியம். ஓர் அர்த்தத்தைக் கண்டுபிடிக்க நாம் அளவுக்கதிகமாக முயற்சித்தால், இயற்கை தன்னுடைய பணியைச் செய்வதிலிருந்து நாம் அதைத் தடுக்கிறோம். அதன் விளைவாக, நாம் கடவுளின் சமிக்கைகளை உணர்ந்து கொள்வதற்கான திறனற்றவர்களாக ஆகிவிடுகிறோம்.

மக்தூப்

இது ஓர் ஆஸ்திரேலியக் கதை. ஒரு மாயவித்தைக்காரன் தன்னுடைய மூன்று சகோதரிகளுடன் நடந்து சென்று கொண்டிருந்தபோது, அந்தக் காலகட்டத்தின் மிகப் பிரபலமான வீரன் அவர்களை அணுகினான்.

“இந்த அழகான பெண்களில் ஒருத்தியை நான் திருமணம் செய்து கொள்ள விரும்புகிறேன்,” என்று அந்த வீரன் கூறினான்.

அந்த மாயவித்தைக்காரன் நடந்து கொண்டே, “ஒருத்தி மட்டும் திருமணம் செய்து கொண்டால், மற்றவர்கள் வருத்தம் கொள்வர். ஒரு வீரன் மூன்று மனைவியரை வைத்துக் கொள்ள அனுமதிக்கின்ற ஒரு பழங்குடி இனத்தை நான் தேடிக் கொண்டிருக்கிறேன்,” என்று கூறினான்.

பல ஆண்டுகளாக அவன் அந்த ஆஸ்திரேலியக் கண்டம் நெடுகிலும் பயணித்தான். ஆனால், அத்தகைய ஒரு பழங்குடி இனத்தை அவன் ஒருபோதும் கண்டுபிடிக்கவில்லை.

“குறைந்தபட்சம் நம்மில் ஒருத்தியாவது மகிழ்ச்சியாக இருந்திருக்கலாம்,” என்று ஒரு சகோதரி கூறினாள். அவர்கள் மூவரும் மூப்படைந்திருந்தனர். ஆண்டுக்கணக்கில் நடந்ததன் விளைவாக அவர்கள் மிகவும் தளர்ந்து போயிருந்தனர்.

“நான் தவறு செய்துவிட்டேன், ஆனால் இப்போது மிகவும் தாமதமாகிவிட்டது,” என்று அந்த மாயவித்தைக்காரன் கூறினான்.

பிறகு அவன் தன்னுடைய மூன்று சகோதரிகளையும் கற்தூண்களாக மாற்றினான். ஒருவரின் மகிழ்ச்சி மற்றவர்களுடைய மகிழ்ச்சியின்மைக்கு வித்திட வேண்டிய அவசியமில்லை என்பதை அவ்வழியே கடந்து செல்வோர் புரிந்து கொள்ள வேண்டும் என்பதற்காக அவன் அவ்வாறு செய்தான்.

மக்தூப்

வேக்னர் கரெல்லி என்ற பத்திரிகையாளர், அர்ஜென்டீனிய எழுத்தாளரான ஹோர்ஹே லூயிஸ் போர்ஹெஸைப் பேட்டி காணச் சென்றார்.

அந்தப் பேட்டியின் முடிவில், சொற்களைக் கடந்து இருக்கிற மொழியைப் பற்றியும், ஒருவரையொருவர் புரிந்து கொள்வதற்கு மனிதர்களாகிய நமக்கு இருக்கின்ற அளப்பரிய திறனைப் பற்றியும் அவர்கள் பேசத் தொடங்கினர்.

"நான் ஓர் எடுத்துக்காட்டைக் கொடுக்கிறேன்," என்று ஹோர்ஹெஸ் கூறினார்.

பிறகு ஒரு விநோதமான மொழியில் அவர் எதையோ சொல்லத் தொடங்கினார். அவர் முடித்தபோது, தான் கூறியது புரிந்ததா என்று அவர் கரெல்லியிடம் கேட்டார்.

கரெல்லி பதில் சொல்வதற்கு முன், அவருடன் இருந்த புகைப்படக்காரர் இவ்வாறு கூறினார்:

"இது இறைவனுக்கான பிரார்த்தனை."

"துல்லியமாக," என்று ஹோர்ஹெஸ் கூறினார். "நான் ஃபின்னிஷ் மொழியில் அதைச் சொன்னேன்."

ஒரு சர்க்கஸ் பயிற்றுவிப்பாளர், மிக எளிய தந்திரம் ஒன்றின் மூலம் ஒரு யானையைச் சிறைபிடித்து வைக்கிறார்: அந்த யானை ஒரு குட்டியாக இருக்கும்போது, அவர் அதன் கால்களில் ஒன்றை ஒரு தடிமனான அடிமரத்துடன் கட்டிப் போட்டுவிடுகிறார்.

அந்தக் குட்டி யானை எவ்வளவு கடினமாக முயன்றாலும், அதனால் தன்னை அந்தக் கட்டிலிருந்து விடுவித்துக் கொள்ள முடியாது. எனவே, தன்னைவிட அந்த அடிமரம் அதிக வலிமையானது என்ற யோசனைக்கு அது படிப்படியாகப் பழக்கப்பட்டுவிடுகிறது.

அந்த யானை முழுமையாக வளர்ந்து, அளப்பரிய ஆற்றல் வாய்க்கப் பெறும்போது, அதை ஒரு மெல்லிய குச்சியுடன் கட்டிப் போட்டால் போதும். அது அதிலிருந்து தன்னை விடுவித்துக் கொள்ள முயற்சிக்காது. ஏனெனில், கடந்தகாலத்தில் அது பல முறை முயற்சித்துப் பார்த்துத் தோல்வியைத் தழுவியிருந்தது அதன் நினைவில் இருக்கும்.

அந்த யானையைப்போலவே நம்முடைய கால்களும் அந்தக் குச்சியைப்போல மெல்லிய ஏதோ ஒன்றுடன் கட்டிப் போடப்பட்டுள்ளன. ஆனால், நாம் குழந்தைகளாக இருந்தபோது ஓர் அடிமரத்துடன் நாம் கட்டிப் போடப்பட்டிருந்தது நமக்குப் பழக்கமாகிவிட்டதால், நாம் அதிலிருந்து நம்மை விடுவித்துக் கொள்ள முயற்சிப்பதுகூட

இல்லை. நம்முடைய சுதந்திரத்தைக் கண்டுபிடிப்பதற்கு ஒரே ஒரு துணிச்சலான காரியம் மட்டுமே தேவை என்ற பிரக்ஞை நமக்கு இல்லை.

கடவுளை விளக்கும்படி யாரிடமேனும் கேட்பதில் எந்தப் பயனும் இல்லை. தங்களுக்கு விருப்பமான இனிமையான வார்த்தைகள் எல்லாவற்றையும் அவர்கள் கூறக்கூடும். ஆனால், இறுதியில், அவை வெறும் வார்த்தைகளே. அன்பைப் பற்றி ஓர் ஒட்டுமொத்தக் கலைக்களஞ்சியத்தையும் உங்களால் படிக்க முடிந்தும், ஒருவரை நேசித்தல் என்றால் என்ன என்பது குறித்து நீங்கள் எந்த யோசனையும் இல்லாமல் இருப்பதைப் போன்றது அது.

அந்த ஆசான் இவ்வாறு கூறுகிறார்:

கடவுள் இருக்கிறார் அல்லது கடவுள் இல்லை என்பதை யாராலும் ஒருபோதும் நிரூபிக்க முடியாது. வாழ்வில் சில விஷயங்கள் அனுபவிக்கப்படுவதற்காகப் படைக்கப்பட்டுள்ளனவே அன்றி, விளக்கப்படுவதற்காக அல்ல.

அன்பு அவற்றில் ஒன்று. அன்பே உருவான கடவுள் இன்னொன்று. இயேசு நமக்குக் கற்பித்ததுபோல, இறைநம்பிக்கை என்பது ஒரு மாயாஜாலமான விதத்தில் ஒரு குழந்தைத்தனமான அனுபவமாகும். "கடவுளின் இராச்சியம் குழந்தைகளுக்குச் சொந்தமானது," என்று இயேசு கூறினார்.

கடவுள் ஒருபோதும் உங்கள் தலையின் வழியாக உங்களுக்குள் நுழையப் போவதில்லை. உங்கள் இதயம்தான் அவர் பயன்படுத்துகின்ற கதவு.

மக்தூப்

ஸ்கெட்டிஸ் மடத்தின் தலைமைத் துறவி, ஜோ பெக்வினோ என்ற துறவியைப் பற்றி இவ்வாறு கூறினார்: "அவர் சபலங்களைப் பற்றி இனியும் கவலைப்பட வேண்டியிராத அளவுக்கு அவர் எக்கச்சக்கமாகப் பிரார்த்தித்தார். அவர் ஏற்கனவே அவை அனைத்தையும் கடந்து வந்துவிட்டார்."

அந்தத் தலைமைத் துறவியின் வார்த்தைகள், இறுதியில், ஸ்கெட்டிஸ் மடத்தில் இருந்த அறிவார்ந்த துறவிகளில் ஒருவருடைய காதுகளை எட்டியது. இரவு உணவு சாப்பிட்டு முடித்ததும் தன்னை வந்து பார்க்குமாறு புதிய துறவிகளுக்கு அவர் உத்தரவிட்டார்.

"துறவி ஜோ பெக்வினோ மீண்டு வர வேண்டிய எந்தவொரு சபலமும் அவருக்கு இல்லை என்று கூறப்பட்டிருப்பதை நீங்கள் கேள்விப்பட்டிருப்பீர்கள்," என்று அவர் அவர்களிடம் கூறினார். "ஆனாலும், எதிர்த்துப் போராடுவதற்கு எதுவும் இல்லாமல் இருப்பது ஆன்மாவை பலவீனமாக்குகிறது. உண்மையிலேயே மிகவும் சக்தி வாய்ந்த ஒரு சபலத்தைத் துறவி ஜோ பெக்வினோவுக்கு அனுப்பி வைக்கும்படி நாம் கடவுளிடம் பிரார்த்தனை செய்யலாம். பெக்வினோ அந்த சபலத்திலிருந்து மீண்டுவிட்டால், அடுத்து இன்னொரு சபலத்தையும், அதற்கடுத்து இன்னொரு சபலத்தையும் அவருக்கு அனுப்பி வைக்கும்படி நாம் கடவுளிடம் கேட்கலாம். துறவி ஜோ பெக்வினோ அந்தச் சபலங்களை எதிர்த்துப் போராடிக் கொண்டிருக்கும்போது, 'கடவுளே, அந்த அரக்கனை

என்னிடமிருந்து துரத்திவிடு,' என்று அவர் இனி ஒருபோதும் சொல்லாதிருக்கட்டும் என்று நாம் பிரார்த்திக்கலாம். அதற்குப் பதிலாக, 'கடவுளே, தீமையைத் துணிச்சலோடு எதிர்கொண்டு அதை வீழ்த்துவதற்கான வலிமையை எனக்குக் கொடு,' என்று அவர் சொல்லட்டும் என்று நாம் பிரார்த்தனை செய்யலாம்."

மக்தூப்

அந்திப் பொழுது என்ற ஒரு நேரம் இருக்கிறது. எதையும் தெளிவாகப் பார்ப்பது கடினமாக இருக்கின்ற, பகலும் இரவும் சந்திக்கின்ற அந்த நேரத்தில், எதுவும் முற்றிலும் தெளிவாக இருப்பதுமில்லை, முற்றிலும் இருட்டாக இருப்பதுமில்லை. பெரும்பாலான ஆன்மிக மரபுகளில், இக்கணம் புனிதமானதாகக் கருதப்படுகிறது.

மாலை ஆறு மணிக்கு 'ஆவே மரியா' என்ற பிரார்த்தனையை நாம் செய்ய வேண்டும் என்று கத்தோலிக்க மரபு நமக்குக் கற்றுக் கொடுக்கிறது. கெச்சுவா மரபின்படி, நண்பகலில் நாம் ஒரு நண்பரைச் சந்தித்திருந்து, அந்திப் பொழுதுவரை நாம் அவருடன் இருந்தால், நாம் மீண்டும் முதலிலிருந்து தொடங்கி, "இனிய மாலை வணக்கம்," என்று கூற வேண்டும்.

அந்திப் பொழுதில், பூமிக்கும் மனிதகுலத்திற்கும் இடையேயான சமநிலை சோதனைக்கு உட்படுத்தப்படுகிறது. தொடர்ந்து சுற்றிக் கொண்டிருப்பதற்கான துணிச்சல் பூமிக்கு இருக்கிறதா என்பதைப் பார்ப்பதற்காகக் கடவுள் இருளையும் ஒளியையும் ஒன்றுகலக்கிறார்.

இருளைக் கண்டு பூமி பயப்படவில்லை என்றால், பிறகு அந்த இரவு கடந்து, ஒரு புதிய சூரியன் உதயமாகிறது.

ஜெர்மானிய தத்துவவியலாளரான ஆர்தர் ஷோப்பென்ஹாவர், தன்னைத் தொந்தரவு செய்து கொண்டிருந்த கேள்விகளுக்கான விடைகளைத் தேடிக் கொண்டே, டிரெஸ்டன் நகர வீதி ஒன்றின் வழியாக நடந்து சென்று கொண்டிருந்தார். திடீரென்று, அவர் ஒரு தோட்டத்தைப் பார்த்தார். அங்கிருந்த மலர்களைப் பற்றி யோசித்தபடி ஒரு சில மணிநேரத்தை அங்குச் செலவிடுவதென்று அவர் தீர்மானித்தார்.

அருகே வாழ்ந்து கொண்டிருந்தவர்களில் ஒருவர், ஆர்தரின் விநோதமான நடத்தையைக் கவனித்துவிட்டுக் காவல்துறையினரைத் தொலைபேசியில் அழைத்தார். சில நிமிடங்கள் கழித்து அங்கு வந்த ஒரு காவலர், ஆர்தரிடம் சென்று, ஒரு கண்டிப்பான குரல் இவ்வாறு கேட்டார்:

"யார் நீ?"

ஆர்தர் அவரை ஏற இறங்கப் பார்த்துவிட்டு இவ்வாறு பதிலளித்தார்:

"அந்தக் கேள்விக்கான விடையை உங்களால் எனக்குக் கொடுக்க முடிந்தால், நான் உங்களுக்கு என்றென்றும் நன்றியுடையவனாக இருப்பேன்."

மக்தூப்

ஞானத்தைத் தேடிக் கொண்டிருந்த ஒருவன், மலைகளுக்குச் செல்வதென்று தீர்மானித்தான். ஏனெனில், இரண்டு ஆண்டுகளுக்கு ஒரு முறை அங்குக் கடவுள் தோன்றியதாக யாரோ அவனிடம் கூறியிருந்தனர்.

முதல் ஆண்டு முழுவதும், பூமி வழங்கிய அனைத்தையும் அவன் சாப்பிட்டான். ஆனால், இறுதியில், உணவு முழுவதும் தீர்ந்துவிட்டது. எனவே, அவன் மீண்டும் ஊருக்குத் திரும்பிச் செல்ல வேண்டிய நிலை உருவாயிற்று.

"கடவுள் மிகவும் நியாயமற்றவர்!" என்று அவன் உரக்கக் கத்தினான். "அவருடைய குரலைக் கேட்பதற்கு அங்குக் காத்துக் கொண்டிருந்த என்னை அவர் பார்க்கவில்லையா? இப்போது எனக்குப் பசிக்கிறது. கடவுளின் குரலைக் கேட்காமல் இப்போது நான் ஊருக்குத் திரும்பிச் செல்ல வேண்டியிருக்கிறது."

அக்கணத்தில், அங்கு ஒரு தேவதூதர் தோன்றினார்.

"கடவுள் உண்மையிலேயே உன்னிடம் பேச விரும்புகிறார்," என்று அந்த தேவதூதர் கூறினார். "ஓராண்டு முழுவதும் அவர் உனக்கு உணவு கொடுத்தார். அடுத்த ஆண்டு, உனக்குரிய உணவை நீயே விளைவித்துக் கொள்வாய் என்று அவர் நம்பிக்கையோடு எதிர்பார்த்தார். ஆனால், நீ என்ன பயிரிட்டாய்? எதுவும் பயிரிடவில்லை. தான் வாழ்கின்ற இடத்திலிருந்து ஒரு மனிதனால்

தனக்கான உணவை உற்பத்தி செய்ய முடியவில்லை என்றால், கடவுளிடம் பேசுவதற்கு அவன் நிச்சயமாகத் தயாராக இல்லை என்பது வெளிப்படை."

மக்தூப்

நாம் இவ்வாறு நினைக்கிறோம்: "நம்முடைய சுதந்திரம், உண்மையிலேயே, நாம் நம்முடைய சொந்த விதமான அடிமைத்தனத்தைத் தேர்ந்தெடுப்பதில் இருப்பதுபோலத் தோன்றுகிறது. நான் தினமும் எட்டு மணிநேரம் வேலை செய்கிறேன். எனக்குப் பதவி உயர்வு வழங்கப்பட்டால், நான் தினமும் பன்னிரண்டு மணிநேரம் வேலை செய்வேன். எனக்குத் திருமணமாகிவிட்டது. இப்போது எனக்கென்று எந்த நேரமும் இல்லை. நான் கடவுளை நாடினேன். அப்படியானால், வழிபாடுகள், பூசைகள், மதச் சடங்குகள் ஆகியவற்றில் கலந்து கொள்ள நான் இப்போது கடமைப்பட்டுள்ளேன் என்று பொருள். அன்பு, வேலை, இறைநம்பிக்கை போன்ற, வாழ்விலுள்ள முக்கியமான விஷயங்கள் அனைத்துமே, இறுதியில் மிகக் கடினமான ஒரு சுமையாக ஆகிவிடுகின்றன."

அந்த ஆசான் இவ்வாறு கூறுகிறார்:

அன்பு மட்டுமே நாம் தப்பிக்க நமக்கு வழி செய்கிறது.

நம்மால் அன்பு செலுத்த முடியாவிட்டால், நாம் இக்கணத்தில் எல்லாவற்றையும் நிறுத்திவிடுவது நல்லது. இயேசு இவ்வாறு கூறினார்: "பாவம் செய்வதற்கு உங்களுடைய கண்களில் ஒன்று உங்களைத் தூண்டினால், அதைப் பிடுங்கி எறிந்துவிடுங்கள். இரண்டு கண்களுடன்

நரகத் தீயுனுள் தள்ளப்படுவதைவிட, ஒற்றைக் கண்ணுடன் வாழ்க்கைக்குள் அடியெடுத்து வைப்பது சிறந்தது.”

இவை கடுமையான வார்த்தைகள்தாம், ஆனால் விஷயம் அப்படித்தான் இருக்கிறது.

ஒரு துறவி, வாரத்திற்கு ஒரு முறை மட்டும் சாப்பிட்டுக் கொண்டு ஓராண்டு முழுவதும் உண்ணாவிரதம் இருந்தார். இந்த மாபெரும் முயற்சிக்குப் பிறகு, பைபிளில் உள்ள ஒரு குறிப்பிட்டப் பத்திக்கான உண்மையான பொருளைத் தனக்கு வெளிப்படுத்தும்படி அவர் கடவுளிடம் கேட்டார்.

அவருக்கு பதிலேதும் கிடைக்கவில்லை.

"என்னவொரு நேர விரயம்," என்று அந்தத் துறவி நினைத்தார். "நான் ஒரு பெரும் தியாகம் செய்தேன், ஆனால் பதிலளிப்பதற்குக்கூடக் கடவுளுக்கு அக்கறையில்லை. இந்த இடத்தைவிட்டுப் புறப்பட்டுச் சென்று, அந்தப் பத்திக்கான பொருளை அறிந்திருக்கின்ற வேறொரு துறவியைத் தேடிக் கண்டுபிடிப்பது சிறந்தது."

அக்கணத்தில், ஒரு தேவதூதர் தோன்றி, பின்வருமாறு கூறினார்:

"நீங்கள் உண்ணாவிரதம் இருந்த அந்தப் பன்னிரண்டு மாதங்களும், மற்றவர்களைவிட நீங்கள் மேலானவர் என்று உங்களை நம்ப வைக்க மட்டுமே உதவியுள்ளன. வீணானவர்களின் பேச்சுக்குக் கடவுள் செவி சாய்ப்பதில்லை. ஆனால், வேறொருவருடைய உதவியை நாடுவது குறித்து யோசிக்கும் அளவுக்கு நீங்கள் பணிவை வெளிப்படுத்திய அக்கணத்தில் கடவுள் என்னை உன்னிடம் அனுப்பி வைத்தார்."

பிறகு, அந்தத் துறவி தெரிந்து கொள்ள விரும்பியதை அந்த தேவதூதர் அவருக்கு வெளிப்படுத்தினார்.

அந்த ஆசான் இவ்வாறு கூறுகிறார்:

சில வார்த்தைகள் எவ்வாறு தம்முடைய உண்மையான பொருளை வெளிப்படுத்துகின்ற விதத்தில் கட்டமைக்கப்பட்டுள்ளன என்பதை அவதானியுங்கள்.

'முன்னீடுபாடு' என்ற வார்த்தையை எடுத்துக் கொண்டு, அதை இரண்டாகப் பிரியுங்கள்: 'முன்' மற்றும் 'ஈடுபாடு.' ஒரு விஷயம் உண்மையில் நிகழ்வதற்கு முன்பாகவே அது குறித்துச் சிந்திப்பது அல்லது கவலைப்படுவது என்பது அதன் பொருள்.

இன்னும் நிகழ்ந்திராத ஒன்றைப் பற்றிக் கவலைப்படுபவர் இந்த ஒட்டுமொத்தப் பிரபஞ்சத்தில் யாரேனும் இருக்க முடியுமா?

அத்தகைய முன்னீடுபாடுகள் அனைத்தையும் புறந்தள்ளுங்கள். உங்கள் விதியின்மீதும் உங்கள் பாதையின்மீதும் உங்கள் கவனத்தைத் தொடர்ந்து ஒன்றுகுவியுங்கள். உங்களுக்கு வழங்கப்பட்டுள்ள ஒளி வாளைப் பயன்படுத்துவதற்கு நீங்கள் அறிந்திருக்க வேண்டிய அனைத்தையும் கற்றுக் கொள்ளுங்கள்.

உங்கள் நண்பர்கள், ஆசான்கள், மற்றும் எதிரிகளின் சண்டை உத்திகளை அவதானியுங்கள்.

கடுமையாகப் பயிற்சி செய்யுங்கள், ஆனால் உங்கள் எதிரியின் அடுத்த நடவடிக்கை என்னவாக இருக்கும்

என்பது உங்களுக்குத் தெரியும் என்று நம்புகின்ற தவற்றைச் செய்யாதீர்கள். இருப்பதிலேயே மிக மோசமான தவறு அதுதான்.

இன்று வெள்ளிக்கிழமை. நீங்கள் வேலையிலிருந்து வீடு திரும்பி, வாரநாட்களில் படிப்பதற்கு நேரமில்லாததால் நீங்கள் சேகரித்து வைத்துள்ள செய்தித்தாள்களை நீங்கள் எடுக்கிறீர்கள். நீங்கள் தொலைக்காட்சியை முடுக்கிவிட்டு, அதன் சத்தத்தை முற்றிலுமாகக் குறைத்துவிட்டு, ஓர் இசைத்தட்டை ஓடவிடுகிறீர்கள். நீங்கள் ஒரு செய்தித்தாளைப் புரட்டியபடி, ரிமோட்டைக் கொண்டு ஒவ்வொரு சேனலாக மாற்றிக் கொண்டே இசையைக் கேட்டுக் கொண்டிருக்கிறீர்கள். அந்தச் செய்தித்தாளில் புதிதாக எதுவும் இல்லை, தொலைக்காட்சி நிகழ்ச்சிகள் ஒரே விஷயத்தை மீண்டும் மீண்டும் ஒளிபரப்பிக் கொண்டிருக்கின்றன, நீங்கள் அந்த இசைத்தட்டை ஏற்கனவே ஓராயிரம் முறை கேட்டுள்ளீர்கள்.

உங்கள் மனைவி உங்கள் குழந்தைகளைக் கவனித்துக் கொண்டிருக்கிறார். காரணத்தைப் புரிந்து கொள்ளாமலேயே அவர் தன்னுடைய இளமையின் சிறந்த காலகட்டத்தைத் தியாகம் செய்து கொண்டிருக்கிறார்.

ஒரு சாக்குப்போக்கு உங்கள் தலைக்குள் பளிச்சிடுகிறது: “வாழ்க்கை என்றால் இப்படித்தான் இருக்கும்.” இல்லை, வாழ்க்கை அப்படி இல்லை. வாழ்க்கை என்பது உற்சாகமாகும். உங்களுடைய உற்சாகத்தை நீங்கள் எங்கே ஒளித்து வைத்திருக்கிறீர்கள் என்பதைக் கண்டுபிடியுங்கள். காலம் கடப்பதற்குள், உங்கள் மனைவியையும் உங்கள்

குழந்தைகளையும் அழைத்துக் கொண்டு அதைத் தேடிச் செல்லுங்கள். தன் கனவுகளைப் பின்தொடர்வதிலிருந்து அன்பு ஒருபோதும் எவரையும் தடுத்து நிறுத்தியதில்லை.

கிறிஸ்துமஸுக்கு முந்தைய நாள் மாலையில், அந்தப் பயணியும் அவருடைய மனைவியும், நிறைவை நெருங்கிக் கொண்டிருந்த அந்த ஆண்டை அசைபோட்டுப் பார்த்துக் கொண்டிருந்தனர்.

பைரினீஸ் மலையடிவாரத்தில் அமைந்துள்ள ஒரு கிராமத்தில் இருந்த அந்த ஒற்றை உணவகத்தில் அவர்கள் இரவு உணவைச் சாப்பிட்டுக் கொண்டிருந்தபோது, தான் விரும்பிய விதத்தில் நிகழ்ந்திராத ஏதோ ஒரு விஷயத்தைப் பற்றி அந்தப் பயணி குறை சொல்லத் தொடங்கினார்.

அவருடைய மனைவி, அந்த உணவகத்தை அலங்கரித்துக் கொண்டிருந்த கிறிஸ்துமஸ் மரத்தைப் பார்த்துக் கொண்டிருந்தார். தான் கூறிக் கொண்டிருந்த விஷயத்தில் தன் மனைவிக்கு ஆர்வமில்லை என்று அனுமானித்த அந்தப் பயணி, பேச்சை மாற்றினார்.

“அழகான விளக்குகள்,” என்று அவர் கூறினார்.

“ஆமாம்,” என்று அவருடைய மனைவி அதை ஆமோதித்தார். “ஆனால், நீங்கள் கூர்ந்து கவனித்தால், டஜன்கணக்கான அந்த விளக்குகளின் நடுவே, ஒரே ஒரு விளக்கு மட்டும் எரியாமல் இருப்பது உங்களுக்குத் தெரியும். கடந்த ஆண்டை, டஜன்கணக்கான ஒளிமயமான விளக்குகளாகப் பார்ப்பதற்குப் பதிலாக, எதையும் ஒளியூட்டாத அந்த ஒற்றை விளக்கை மட்டும்தான் உங்களால் பார்க்க முடிகிறது என்று எனக்குத் தோன்றுகிறது.”

“இத்தெருவில் நடந்து சென்று கொண்டிருக்கின்ற, பணிவு கொண்ட அந்தத் துறவியை நீ கவனித்தாயா?” என்று ஒரு பிசாசு இன்னொரு பிசாசிடம் கேட்டது. “நான் அவரிடம் சென்று அவருடைய ஆன்மாவை வெற்றி கொள்ளப் போகிறேன்.”

“அவர் புனிதமான விஷயங்களில் மட்டுமே ஆர்வம் கொண்டுள்ளார். எனவே, அவர் உன் பேச்சைக் கேட்க மாட்டார்,” என்று அந்த சக பிசாசு கூறியது.

ஆனால், சாதுரியமான அந்த முதல் பிசாசு, காபிரியல் என்ற தேவதூதன்போல உடையணிந்து தன் தோற்றத்தை மாற்றிக் கொண்டு அத்துறவியின் முன்னால் போய் நின்றது.

“நான் உங்களுக்கு உதவி செய்ய வந்திருக்கிறேன்,” என்று அது கூறியது.

“நீங்கள் என்னை வேறு யாரோ என்று நினைத்துக் குழம்பிப் போயிருக்கிறீர்கள் என்று நான் நினைக்கிறேன். ஒரு தேவதூதர் என் முன் தோன்றுவதற்கு நான் தகுதி வாய்ந்தவனாக இருக்கும் அளவுக்கு நான் என் வாழ்வில் எதையும் செய்யவில்லை,” என்று அந்தத் துறவி பதிலளித்தார்.

பிறகு, தான் தவிர்த்திருந்த ஆபத்து குறித்த எந்தப் பிரக்ஞையும் இன்றி அவர் தன் வழியே போய்விட்டார்.

ஏஞ்சலா பான்டுவால் என்ற பத்திரிகையாளர் பிராட்வேயில் ஒரு நாடகம் பார்க்கச் சென்றார். இடைவேளையின்போது, விஸ்கி குடிப்பதற்காக அவர் அங்கிருந்த மதுக்கூடத்திற்குச் சென்றார். புகைத்துக் கொண்டும், பேசிக் கொண்டும், மதுவருந்திக் கொண்டும் இருந்த மக்களால் அந்த இடம் நிரம்பி வழிந்தது.

ஒரு பியானோ கலைஞர் பியானோ வாசித்துக் கொண்டிருந்தார், ஆனால் யாரும் அதன்மீது கவனம் செலுத்தவில்லை. ஏஞ்சலா தன்னுடைய விஸ்கியைப் பருகிக் கொண்டே அந்த இசையைக் கேட்டார். அந்த இசைக் கலைஞர் சலிப்படைந்திருந்ததுபோலக் காணப்பட்டார். தனக்குக் கொடுக்கப்பட்டிருந்த பணத்திற்காக மட்டுமே அவர் வாசித்துக் கொண்டிருந்தார். எப்போதடா அந்த இடைவேளை முடியும் என்ற ஏக்கம் அவருடைய பார்வையில் வெளிப்பட்டது.

ஏஞ்சலா மூன்றாவது கோப்பை விஸ்கியைப் பருகிக் கொண்டே, லேசான தடுமாற்றத்துடன் அந்தப் பியானோ கலைஞரை நோக்கி நடந்து சென்று, ஓர் உரத்தக் குரலில் கத்தினார்:

“நீங்கள் ஒரு முட்டாளா என்ன? நீங்கள் எதை வாசிக்க விரும்புகிறீர்களோ அதை ஏன் நீங்கள் வாசிக்கக்கூடாது?”

அந்தப் பியானோ கலைஞர் வியப்புடன் அவரைப் பார்த்தார். மறுகணம், தான் உண்மையிலேயே வாசிக்க விரும்பிய இசையை அவர் இசைக்கத் தொடங்கினார்.

மக்தூப்

விரைவில், அந்த அறையை ஒரு முழுமையான அமைதி சூழ்ந்தது. அந்தப் பியானோ கலைஞர் இசைத்து முடித்தவுடன், அங்கிருந்தோர் உற்சாகமாகக் கைதட்டி அவரைப் பாராட்டினர்.

அசிசியைச் சேர்ந்த புனித பிரான்சிஸ், எல்லாவற்றையும் துறந்துவிட்டுத் தன்னுடைய இறைப் பணியை மேற்கொள்ளத் தொடங்குவதென்று தீர்மானித்தபோது, அவர் அந்நகரின் மிகப் பிரபலமான ஓர் இளைஞராக இருந்தார். அசிசியைச் சேர்ந்த புனித கிளேர், தன்னுடைய துறவற உறுதிமொழியை எடுத்தபோது, ஓர் அழகான இளம்பெண்ணாக இருந்தார். புனித இரமோன் லல், உலகத்திடமிருந்து தன்னை முற்றிலுமாக விலக்கிக் கொண்டபோது, அக்காலகட்டத்தின் தலைசிறந்த அறிவாளிகளில் ஒருவராகத் திகழ்ந்தார்.

ஆன்மிகத் தேடலானது, எல்லாவற்றுக்கும் மேலாக, ஒரு சவாலாகும். தன்னுடைய பிரச்சனைகளிலிருந்து தப்பிப்பதற்கு அதைப் பயன்படுத்துகின்ற எவரொருவரும் தங்கள் வாழ்வில் ஒருபோதும் வெகுதூரம் சென்றடைய மாட்டார்கள்.

நண்பர்களற்ற ஒருவர் இவ்வுலகத்திடமிருந்து தன்னை விலக்கிக் கொள்வதில் எந்த அர்த்தமும் இல்லை. சொந்தமாகப் பொருளீட்டுவதற்கான திறன் உங்களுக்கு இல்லாததால் நீங்கள் ஏழ்மை உறுதிமொழியை மேற்கொள்வதில் எந்த அர்த்தமும் இல்லை. உண்மையில் நீங்கள் ஒரு கோழையாக இருக்கும்போது, நீங்கள் பணிவுடன் இருப்பதில் எந்த அர்த்தமும் இல்லை.

உங்களிடம் ஏதோ ஒன்று இருந்து, அதை நீங்கள் துறப்பது என்பது ஒரு விஷயம். ஆனால், அது உங்களிடம் இல்லாமல் இருந்து, அதைப் பெற்றிருப்பவர்களை நீங்கள்

பழித்துரைப்பது என்பது முற்றிலும் வேறொரு விஷயம். ஆண்மையற்ற ஒருவன் கற்பைப் பற்றி போதித்துத் திரிவது மிகவும் எளிதானது, ஆனால் அதில் என்ன மதிப்பு இருக்கிறது?

அந்த ஆசான் இவ்வாறு கூறுகிறார்:

கடவுளின் படைப்பைப் போற்றுங்கள். இவ்வுலகில் வாழ்ந்து கொண்டே உங்களை வெற்றி கொள்ளக் கற்றுக் கொள்ளுங்கள்.

கடினமான ஒருவராக இருப்பது மிகவும் எளிது. நீங்கள் செய்ய வேண்டியதெல்லாம், மற்றவர்களைத் தவிர்ப்பதும், அதன் மூலம் வலியைத் தவிர்ப்பதும், காதலில் விழுதல் என்ற ஆபத்தான காரியத்தில் ஒருபோதும் இறங்காமல் இருப்பதும், ஏமாற்றத்திற்கு ஆளாகாமல் இருப்பதும், உங்களுடைய கனவுகள் நசுக்கப்படுவதைத் தவிர்ப்பதும்தான்.

கடினமான ஒருவராக இருப்பது மிகவும் எளிது. விடுக்கப்பட வேண்டிய தொலைபேசி அழைப்புகள், உங்களிடம் உதவி கோருகின்ற மக்கள், நீங்கள் மேற்கொள்ள வேண்டிய அறப் பணிகள் போன்ற எவற்றைக் குறித்தும் நீங்கள் கவலைப்பட வேண்டியதில்லை.

கடினமான ஒருவராக இருப்பது மிகவும் எளிது. எளியவர்களின் அன்றாடப் பிரச்சனைகள் குறித்து எந்த யோசனையும் இல்லாத, ஒருபோதும் ஒரு துளிக் கண்ணீர்கூடச் சிந்தியிராத ஒருவரைப்போல நீங்கள் நடந்து கொள்ள வேண்டும், அவ்வளவுதான். ஒரு பாத்திரத்தை வகிப்பதில் உங்களுடைய எஞ்சிய வாழ்நாளைக் கழிப்பது போதுமானது.

கடினமான ஒருவராக இருப்பது மிகவும் எளிது. வாழ்விலுள்ள மிகச் சிறந்த விஷயங்கள் அனைத்தையும் நீங்கள் விட்டுத்தள்ள வேண்டும், அவ்வளவுதான்.

அந்த நோயாளி தன் மருத்துவரிடம் திரும்பி இவ்வாறு கூறினார்:

"டாக்டர், வாழ்வதை இனியும் என்னால் இரசித்து அனுபவிக்க முடியாத அளவுக்கு பயம் என்னை ஆட்கொண்டுள்ளது."

அதற்கு அந்த மருத்துவர் இவ்வாறு பதிலளித்தார்:

"என்னுடைய ஆலோசனை அறையில் ஒரு சுண்டெலி இருக்கிறது. அது என்னுடைய புத்தகங்கள் எல்லாவற்றையும் கடித்துக் குதறிக் கொண்டிருக்கிறது. அந்தச் சுண்டெலி குறித்து ஏதாவது செய்தாக வேண்டும் என்று நான் உண்மையிலேயே வரிந்து கட்டிக் கொண்டு செயலில் இறங்கினால், அது என்னிடமிருந்து ஓடி ஒளிந்து கொள்ளும், அதை வேட்டையாடுவதில் நான் என் நேரம் முழுவதையும் வீணாக்குவேன். எனவே, என்னுடைய மிக முக்கியமான புத்தகங்கள் அனைத்தையும் நான் ஒரு பாதுகாப்பான இடத்தில் வைத்துள்ளேன். மற்றப் புத்தகங்களை அந்தச் சுண்டெலிக்கு நான் விட்டுவிட்டேன். இவ்வழியில், அது தொடர்ந்து ஒரு சுண்டெலியாக இருக்கிறது, அது ஓர் அரக்கனாக மாறுவதில்லை. சில விஷயங்கள் குறித்து பயப்படுங்கள், அவற்றின்மீது உங்கள் பயத்தைக் குவியுங்கள். இதன் மூலம், மற்ற எல்லாவற்றைக் குறித்தும் உங்களால் துணிச்சலாக இருக்க முடியும்."

அந்த ஆசான் இவ்வாறு கூறுகிறார்:

நேசிக்கப்படுவதைவிட நேசித்தல் பெரும்பாலும் அதிக எளிதாக இருக்கிறது.

மற்றவர்களின் உதவியையும் ஆதரவையும் ஏற்றுக் கொள்வது நமக்குக் கடினமாக இருப்பதை நாம் காண்கிறோம். ஆனாலும், நாம் தற்சார்புடையவர்கள்போலத் தோன்றுவதற்கு முயற்சிப்பதன் மூலம், இன்னொருவர் தன்னுடைய அன்பை நம்மிடம் வெளிக்காட்டுவதற்கான ஒரு வாய்ப்பு அவருக்குக் கிடைக்காதபடி நாம் செய்துவிடுகிறோம்.

முதுமை அடையும்போது, பல பெற்றோர், தங்கள் குழந்தைகள் இளமையாக இருந்தபோது தாங்கள் அவர்களுக்குக் கொடுத்த அதே அன்பையும் ஆதரவையும் அவர்கள் தங்களுக்குக் கொடுப்பதற்கான வாய்ப்பை அவர்களுக்கு வழங்குவதில்லை. எதிர்பாராத ஒரு துயர நிகழ்வு தாக்கும்போது, பல கணவன்மார்களோ அல்லது மனைவிமார்களோ, தாங்கள் தங்களுடைய வாழ்க்கைத்துணைவரைச் சார்ந்திருக்க வேண்டியிருப்பது குறித்து அவமானம் கொள்கின்றனர். இது, அன்பெனும் ஜீவநதியின் பாய்ச்சலைத் தடுக்கிறது.

நம்முடைய சக மனிதர்கள் நம்மிடம் காட்டுகின்ற அன்பை நாம் ஏற்றுக் கொள்ள வேண்டும். நமக்கு உதவவும், நமக்கு ஆதரவு காட்டவும், வாழ்வில் தொடர்ந்து

நடைபோடுவதற்கான வலிமையை நமக்குத் தரவும் மற்றவர்களை நாம் அனுமதிக்க வேண்டும்.

இந்த அன்பை வெளிப்படையாகவும் பணிவோடும் நாம் ஏற்றுக் கொண்டால், அன்பு என்பது கொடுத்தலையோ அல்லது பெறுவதையோ பற்றியது அல்ல, மாறாக, அது பகிர்தலைப் பற்றியது என்பதை நாம் புரிந்து கொள்வோம்.

ஏதோன் தோட்டத்தில் ஏவாள் சுற்றித் திரிந்து கொண்டிருந்தபோது, ஒரு பாம்பு அவளிடம் வந்தது.

"இந்த ஆப்பிளைச் சாப்பிடு," என்று அது கூறியது.

கடவுளால் சிறப்பாகப் பயிற்றுவிக்கப்பட்டிருந்த ஏவாள், அந்த ஆப்பிளைச் சாப்பிட மறுத்துவிட்டாள்.

"இந்த ஆப்பிளைச் சாப்பிடு," என்று அந்தப் பாம்பு மீண்டும் கூறியது. "ஏனெனில், உன் துணைவனுக்கு நீ உன்னால் முடிந்த அளவு மிகவும் அழகானவளாகக் காட்சியளிக்க வேண்டும்."

"இல்லை, நான் அப்படிக் காட்சியளிக்கத் தேவையில்லை. ஏனெனில், என்னைத் தவிர அவருக்கு வேறு எந்தப் பெண்ணும் இல்லை."

அந்தப் பாம்பு சிரித்தது.

"நீ நினைப்பது தவறு. அவனுக்கு வேறொரு பெண் இருக்கிறாள்."

ஏவாள் அதை நம்ப மறுத்தபோது, அந்தப் பாம்பு அவளை ஒரு குன்றின் உச்சிக்கு அழைத்துச் சென்றது. அங்கே ஒரு கிணறு இருந்தது.

"அவள் இந்தக் குகைக்குள் இருக்கிறாள். ஆதாம்தான் அவளை அங்கே ஒளித்து வைத்திருக்கிறான்."

ஏவாள் அந்தக் கிணற்றுக்குள் எட்டிப் பார்த்தபோது, ஓர் அழகான பெண்ணின் பிரதிபலிப்பை அவள் அந்தக் கிணற்று நீரில் கண்டாள். பிறகு அவள் சிறிதும் தயங்காமல், அந்தப் பாம்பு அவளுக்கு வழங்கிய ஆப்பிளைச் சாப்பிட்டாள்.

மக்தூப்

'என் இதயத்திற்கு ஒரு கடிதம்' என்ற, எழுதியவரின் பெயரிடப்படாத ஒரு கடிதத்திலிருந்து சில துளிகள்:

"அன்புள்ள இதயமே, நான் இனி ஒருபோதும் உன்னைப் பழித்துரைக்க மாட்டேன், விமர்சிக்க மாட்டேன், உன் வார்த்தைகள் குறித்து அவமானம் கொள்ள மாட்டேன். நீ கடவுளின் அன்புக்குரிய குழந்தைகளில் ஒன்று என்பதையும், அவர் உன்னை ஓர் அன்பான, பிரகாசமான ஒளியில் பொதிந்து வைத்துள்ளார் என்பதையும் நான் அறிவேன்.

"அன்புள்ள இதயமே, நான் உன்னை நம்புகிறேன். நான் உனக்கு ஆதரவாக இருக்கிறேன். உன்மீது ஆசிர்வாதங்கள் மழையெனப் பொழியட்டும் என்றும், உனக்குத் தேவையான உதவியும் ஆதரவும் எப்போதும் உனக்குக் கிடைக்கட்டும் என்றும் நான் என் பிரார்த்தனையில் எப்போதும் கேட்பேன்.

"அன்புள்ள இதயமே, உன் அன்பில் நான் நம்பிக்கை கொண்டுள்ளேன். உன்னுடைய அந்த அன்பிற்குத் தகுதியான அல்லது உன் அன்பு தேவைப்படுகின்ற நபர்களுடன் நீ அதைப் பகிர்ந்து கொள்வாய் என்று நான் நம்புகிறேன். என்னுடைய பாதை உன்னுடைய பாதையாக இருக்கட்டும். புனித ஆவியை நோக்கி நாம் இருவரும் ஒன்றாகச் சேர்ந்து நடக்கலாம்.

"நான் உன்னிடம் கேட்பதெல்லாம் இதுதான்: தயவு செய்து என்மீது நம்பிக்கை கொள். நான் உன்னை நேசிக்கிறேன் என்பதையும், நீ என் மார்பில் தொடர்ந்து

மகிழ்ச்சியாகத் துடித்துக் கொண்டிருக்க உனக்குத் தேவையான சுதந்திரத்தை உனக்குக் கொடுக்க நான் முயற்சித்துக் கொண்டிருக்கிறேன் என்பதையும் நீ அறிந்திடு. நான் உன் அருகில் இருப்பது ஒருபோதும் உனக்கு இடைஞ்சலாக இல்லாமல் பார்த்துக் கொள்வதற்கு என்னால் முடிந்த எல்லாவற்றையும் நான் செய்வேன்."

மக்தூப்

அந்த ஆசான் இவ்வாறு கூறுகிறார்:

நாம் செயலில் இறங்கத் தீர்மானிக்கும்போது, எதிர்பாராத முரண்பாடுகள் எழுவது இயல்பானதுதான். அதன் விளைவாக நம் மனம் புண்படக்கூடும் என்பதும் இயல்பானதுதான்.

காயங்கள் ஆறுகின்றன, தழும்புகள் நிலைத்துவிடுகின்றன, ஆனால் அவை ஓர் ஆசிர்வாதமே. அந்தத் தழும்புகள் நம்முடைய எஞ்சிய வாழ்நாள் முழுவதும் நம்முடன் நீடித்திருக்கும், நமக்கு மிகப் பெரிய உதவியாக இருக்கும். ஒருவேளை, ஏதோ ஒரு கட்டத்தில், சுயநலக் காரணங்களுக்காகவோ அல்லது வேறு காரணங்களுக்காகவோ, கடந்தகாலத்திற்குத் திரும்புவதற்கான ஈர்ப்பு மிகவும் வலிமையாக இருக்கும்போது, நாம் அந்தத் தழும்புகளை மட்டும் பார்த்தால் போதும்.

அந்தத் தழும்புகள், கைவிலங்குகள் நம்முடைய கைகளில் விட்டுச்சென்ற அடையாளங்களை நமக்குக் காட்டும், சிறையின் கொடூரங்களை நமக்கு நினைவூட்டும். அப்போது நாம் முன்னோக்கி நம் நடையைத் தொடர்வோம்.

இரக்கம் அன்பின் முக்கியப் பண்புக்கூறுகளில் ஒன்று என்று கொரிந்தியர்களுக்குத் தான் எழுதிய கடிதத்தில் புனித பால் கூறியுள்ளார்.

அன்பு இரக்கமுடையது என்பதை நாம் ஒருபோதும் மறக்கக்கூடாது. வளைந்து கொடுக்காத, கடினமான ஓர் ஆன்மா, கடவுளின் கை அவருடைய விருப்பங்களுக்கு ஏற்பத் தன்னைச் செதுக்க அனுமதிக்காது.

வடக்கு ஸ்பெயினில் அந்தப் பயணி ஒரு குறுகலான பாதை வழியாக நடந்து சென்று கொண்டிருந்தபோது, ஒரு தோட்டத்தில் படுத்துக் கிடந்த ஓர் உள்ளூர்வாசியை அவர் எதிர்கொண்டார்.

“நீங்கள் மலர்களைப் பறித்துக் கொண்டிருக்கிறீர்களா?” என்று அப்பயணி கேட்டார்.

“இல்லை,” என்று அந்நபர் பதிலளித்தார். “அவற்றின் இரக்கத்தில் சிறிதளவை நான் உள்வாங்கிக் கொள்ள முயற்சித்துக் கொண்டிருக்கிறேன்.”

அந்த ஆசான் இவ்வாறு கூறுகிறார்:

ஒவ்வொரு நாளும் பிரார்த்தனை செய்யுங்கள். நீங்கள் வார்த்தைகள் எதையும் பயன்படுத்தாவிட்டால்கூட, கோரிக்கைகள் எதையும் முன்வைக்காவிட்டால்கூட, நீங்கள் ஏன் பிரார்த்தித்துக் கொண்டிருக்கிறீர்கள் என்பது குறித்து உங்களுக்கு எந்த யோசனையும் இல்லாவிட்டால்கூட, பிரார்த்தனையை ஒரு பழக்கமாக ஆக்கிக் கொள்ளுங்கள். தொடக்கத்தில் இது கடினமானதாகத் தோன்றினால், உங்களிடம் நீங்களே பின்வருமாறு கூறிக் கொள்ளுங்கள்: "இந்த வாரம் நான் தினமும் பிரார்த்தனை செய்யப் போகிறேன்." இந்த வாக்குறுதியை ஒவ்வோர் ஏழு நாட்களுக்கு ஒரு முறை புதுப்பித்துக் கொள்ளுங்கள்.

நீங்கள் ஆன்மிக உலகத்துடனான உங்கள் பிணைப்பை நெருக்கமாக்குவதோடு மட்டுமல்லாமல், உங்களுடைய மன உறுதியையும் பயிற்றுவித்துக் கொண்டிருக்கிறீர்கள் என்பதை நினைவில் கொள்ளுங்கள். இத்தகைய பயிற்சிகளின் மூலம்தான் வாழ்வின் உண்மையான போராட்டத்திற்குத் தேவையான ஒழுங்கை நாம் வளர்த்தெடுக்கிறோம்.

உங்கள் வாக்குறுதியை மறந்துவிட்டு, அடுத்த நாள் இரண்டு முறை பிரார்த்தனை செய்வதில் எந்த அர்த்தமும் இல்லை. அதேபோல, ஒரு நாள் ஏழு முறை பிரார்த்தனை செய்துவிட்டு, நீங்கள் உங்கள் கடமையை

நிறைவேற்றிவிட்ட நினைப்பில் அந்த எஞ்சிய வாரம் முழுவதையும் செலவிடுவதிலும் எந்த அர்த்தமும் இல்லை.

சில விஷயங்கள் ஒரு குறிப்பிட்ட வேகத்திலும் தாளத்திலும் நிகழ்ந்தாக வேண்டும்.

மக்தூப்

ஒரு மோசமான மனிதன் இறந்துவிடுகிறான். நரகத்தின் வாசலில் அவன் ஒரு தேவதூதரை எதிர்கொள்கிறான்.

அந்த தேவதூதர் அவனிடம் இவ்வாறு கூறுகிறார்:

“இந்த வாழ்க்கையில் நீ ஒரே ஒரு நல்ல விஷயத்தைச் செய்திருந்தால் போதும். அந்த நல்ல விஷயம் உன்னைக் காப்பாற்றும்.”

அந்த மனிதன் அதற்கு இவ்வாறு பதிலளிக்கிறான்:

“நான் ஒருபோதும் எந்தவொரு நல்ல விஷயமும் செய்ததில்லை.”

“நன்றாக யோசித்துப் பார்,” என்று அந்த தேவதூதர் கூறுகிறார்.

அப்போது ஒரு விஷயம் அந்த மனிதனின் நினைவுக்கு வருகிறது. ஒரு முறை, அவன் ஒரு காட்டில் நடந்து சென்று கொண்டிருந்தபோது, தன்னுடைய பாதையில் ஒரு சிலந்தியை அவன் கண்டான். அதை மிதித்துவிடக்கூடாது என்ற எண்ணத்தில் அவன் அதைச் சுற்றி நடந்து சென்றான்.

அவன் இதை விவரித்தபோது, அந்த தேவதூதர் புன்னகைத்தார். அப்போது, ஒரு சிலந்தியின் இழை ஒன்று விண்ணிலிருந்து கீழ்நோக்கி வந்தது. அவன் அதில் ஏறி சொர்க்கத்தை அடைவதற்காக அது அவனுக்கு அனுப்பப்பட்டிருந்தது. ஆனால், தண்டனை விதிக்கப்பட்டிருக்கின்ற பிற நபர்கள் அவனுக்குப் பின்னால் அந்த இழையைப் பிடித்துக் கொண்டு மேலே ஏற முயற்சிக்கும்போது, அந்த இழை அறுந்துவிடக்கூடும்

என்ற பயத்தில், அவன் திரும்பி அவர்களைக் கீழே தள்ளத் தொடங்குகிறான்.

அக்கணத்தில் அந்த இழை அறுந்துவிடுகிறது, அவன் மீண்டும் நரகத்திற்குள் விழுந்துவிடுகிறான்.

"என்னவொரு வெட்கக்கேடு! உன்னுடைய சுயநலம், நீ செய்திருந்த ஒரே ஒரு நல்ல காரியத்தை மோசமானதாக மாற்றிவிட்டது," என்று அந்த தேவதூதர் கூறுவது அவனுடைய காதில் விழுகிறது.

அந்த ஆசான் இவ்வாறு கூறுகிறார்:

சாலைகளின் சந்திகள் புனிதமான இடங்களாகும். அங்கேதான் புனிதப் பயணியர் ஒரு தீர்மானம் எடுத்தாக வேண்டும். அதனால்தான், கடவுளர் சந்திகளில் தூங்குகின்றனர், அங்கேயே சாப்பிடுகின்றனர்.

பாதைகள் ஒன்றோடொன்று குறுக்கிடும்போதெல்லாம், சக்தி வாய்ந்த இரண்டு ஆற்றல்கள் ஒன்றிணைகின்றன – தேர்ந்தெடுக்கப்படவிருக்கின்ற பாதை மற்றும் கைவிடப்படவிருக்கின்ற பாதை. இரண்டு பாதைகளும் ஓர் ஒற்றைப் பாதையாக ஆகின்றன, ஆனால் ஒரு குறுகிய காலத்திற்கு மட்டும்.

அந்தப் புனிதப் பயணி சிறிது நேரம் தூங்கி ஓய்வெடுக்கலாம் அல்லது அந்தச் சந்திகளில் குடியிருக்கின்ற கடவுளரிடம் ஆலோசனை பெறலாம். ஆனால், யாராலும் அங்கு நிரந்தரமாகத் தங்க முடியாது; அவர் தன்னுடைய பாதையைத் தேர்ந்தெடுத்துவிட்டால், அவர் தன்னுடைய பயணத்தைத் தொடர வேண்டும்; அதன் பிறகு, தான் தேர்ந்தெடுத்திராத பாதையைப் பற்றி அவர் ஒருபோதும் நினைத்துப் பார்க்கக்கூடாது.

அவர் அப்படி நினைத்தால், சந்திகள் ஒரு சாபமாக மாறிவிடும்.

பாலோ கொயலோ

‘உண்மையின்’ பெயரில் மனித இனம் மிக மோசமான குற்றங்களை இழைத்துள்ளது. ஆண்களும் பெண்களும் எரிக்கப்பட்டனர். ஒட்டுமொத்த நாகரிகங்களும் அழிக்கப்பட்டன.

உடலை விற்றுப் பிழைப்பு நடத்தியவர்கள் ஒழித்துக்கட்டப்பட்டனர். வேறொரு பாதையை நாடியவர்கள் ஒதுக்கி வைக்கப்பட்டனர்.

அவர்களில் ஒருவர் ‘உண்மையின்’ பெயரில் சிலுவையில் அறையப்பட்டார். ஆனால், அவர் இறப்பதற்கு முன், உண்மைக்கான அற்புதமான வரையறை ஒன்றை விட்டுச் சென்றார்.

நமக்கு உறுதிப்பாட்டைக் கொடுப்பதல்ல அது.

நமக்கு ஆழமான சிந்தனைகளைத் தருவதல்ல அது.

நம்மை மற்றவர்களைவிடச் சிறந்தவர்களாக ஆக்குவதல்ல அது.

நம்முடைய சொந்தப் பாரபட்சங்களின் சிறைக்குள் நம்மை அடைத்து வைப்பதல்ல அது.

நம்மை விடுவிக்கின்ற ஒன்றே அந்த ‘உண்மை’.

“உண்மையை அறிந்திடுங்கள். அந்த உண்மை உங்களை விடுவிக்கும்,” என்று அவர் கூறினார்.

மக்தூப்

ஸ்கெட்டிஸ் மடத்தைச் சேர்ந்த துறவிகளில் ஒருவர் மிக மோசமான ஒரு தவறு செய்துவிட்டார். அவருக்குரிய தீர்ப்பை வழங்கும்படி, துறவிகளிலேயே மிகவும் அறிவார்ந்த துறவிக்கு உத்தரவிடப்பட்டது.

அத்துறவி வர மறுத்துவிட்டார். ஆனால், மற்றத் துறவிகள் மிகவும் வற்புறுத்தியதால், இறுதியில் அவர் அங்கு வர ஒப்புக் கொண்டார். இருப்பினும், அவர் முதலில் ஒரு வாளியை எடுத்து அதில் பல துளைகள் இட்டார். பிறகு அவர் அந்த வாளியை மணலால் நிரப்பிவிட்டு, அதைச் சுமந்து கொண்டு அந்த மடத்திற்கு நடந்து சென்றார்.

அந்த மடத்தின் தலைவர் அவரைப் பார்த்தபோது, அந்த வாளியைப் பற்றி அவர் அத்துறவியிடம் கேட்டார்.

"நான் என்னுடைய சக மனிதரை எடைபோட வந்திருக்கிறேன்," என்று அத்துறவி கூறினார். "இந்த வாளியிலிருந்து மணல் வெளியே கொட்டிக் கொண்டிருப்பதைப்போல, என்னுடைய பாவங்கள் எனக்குப் பின்னால் கொட்டிக் கொண்டிருக்கின்றன. ஆனால், நான் பின்னால் திரும்பிப் பார்ப்பதில்லை என்பதால் என்னுடைய சொந்தப் பாவங்களை என்னால் பார்க்க முடியாது என்பதால், என்னுடைய சக மனிதரை எடைபோட்டு அவருக்குத் தீர்ப்பு வழங்குவதற்கு நான் இங்கு வரவழைக்கப்பட்டிருக்கிறேன்!"

உடனே, தவறு செய்திருந்த துறவிக்கு எந்தத் தண்டனையும் கொடுக்க வேண்டாம் என்று அனைத்துத் துறவிகளும் தீர்மானித்தனர்.

மக்தூப்

பைரினீஸ் மலையில் அமைந்துள்ள ஒரு சிறிய தேவாலயத்தின் சுவரில் இவ்வாறு எழுதப்பட்டுள்ளது:

ஆண்டவரே, இந்த மெழுகுவர்த்தி என்னுடைய அனைத்துத் தீர்மானங்களையும் சிரமங்களையும் வெளிச்சம் போட்டுக் காட்டுகின்ற ஓர் ஒளியாக இருக்கட்டும்.

இது, என்னுள் இருக்கின்ற அனைத்துத் தற்செருக்கையும் ஆணவத்தையும் அழுக்கையும் நீவிர் எரித்துச் சாம்பலாக்குகின்ற ஒரு நெருப்பாக இருக்கட்டும்.

இது, நீவிர் என் இதயத்திற்கு இதமூட்டி, எவ்வாறு அன்பு செலுத்துவது என்பதை எனக்குக் கற்றுக் கொடுக்கக்கூடிய விதத்தில் ஒரு சுடராக இருக்கட்டும்.

உம்முடைய தேவாலயத்தில் என்னால் நீண்ட நேரம் தங்கியிருக்க முடியாது, ஆனால் இந்த மெழுகுவர்த்தியை இங்கு விட்டுச் செல்வதன் மூலம், என்னுடைய ஒரு சிறு பகுதி இங்குத் தொடர்ந்து இருந்து, இன்று நான் செய்கின்ற அனைத்திலும் என் பிரார்த்தனையை நீட்டிக்க எனக்கு உதவும். ஆமென்.

அந்தப் பயணியின் நண்பர் ஒருவர், நேபாளத்திலுள்ள ஒரு புத்த மடத்தில் ஒரு சில வாரங்களைக் கழிப்பதென்று தீர்மானித்தார். ஒரு நண்பகல் வேளையில், அந்த மடத்திலிருந்த பல கோவில்களில் ஒன்றுக்குள் அவர் சென்றார். அங்கே, வழிபாட்டு மேடையின்மீது ஒரு துறவி புன்னகைத்தபடி அமர்ந்திருந்ததை அவர் கண்டார்.

"நீங்கள் ஏன் புன்னகைத்துக் கொண்டிருக்கிறீர்கள்?" என்று அவர் அந்தத் துறவியிடம் கேட்டார்.

"ஏனெனில், வாழைப்பழங்களுக்கான அர்த்தத்தை நான் சற்று முன்புதான் புரிந்து கொண்டேன்," என்று கூறிய அத்துறவி, தன் கையிலிருந்த பையைத் திறந்து ஓர் அழுகிய வாழைப்பழத்தை வெளியே எடுத்து உயர்த்திப் பிடித்து, "இதுதான், நாம் உரிய நேரத்தில் முழுமையாக இரசித்து அனுபவிக்கத் தவறிவிட்ட, நம்மைக் கடந்து சென்றுவிட்ட வாழ்க்கை. இப்போது மிகவும் தாமதமாகிவிட்டது," என்றார்.

பிறகு, மிகவும் பச்சையாக இருந்த ஒரு வாழைக்காயை அவர் தன் பையிலிருந்து வெளியே எடுத்தார்.

அவர் அதைச் சில நொடிகள் உயர்த்திப் பிடித்துவிட்டு, பிறகு அதை மீண்டும் தன் பைக்குள் போட்டார்.

"இன்னும் நிகழ்ந்திராத வாழ்க்கை இது. இது தன்னுடைய சரியான நேரத்திற்காகக் காத்திருந்தாக வேண்டும்," என்று அவர் கூறினார்.

மக்தூப்

இறுதியாக, கச்சிதமாகக் கனிந்திருந்த ஒரு வாழைப்பழத்தை அவர் வெளியே எடுத்து, அதை உரித்து, அதை அந்நபருடன் பகிர்ந்து கொண்டு இவ்வாறு கூறினார்:

"இதுதான் நிகழ்கணம். இதை எந்தவிதமான பயமும் இன்றி வாழக் கற்றுக் கொள்ளுங்கள்."

பாலோ கொயலோ

பேபி கான்சுவேலோ என்ற பாடகி, தானும் தன் மகனும் ஒரு திரைப்படம் பார்க்கத் தேவையான பணத்தை மட்டும் எடுத்துக் கொண்டு தன் மகனுடன் புறப்பட்டார்.

அச்சிறுவன் மிகவும் உற்சாகமாக இருந்தான். தாங்கள் திரையரங்கை அடைந்துவிட்டோமா என்று அவன் தொடர்ந்து தன் அம்மாவிடம் கேட்டுக் கொண்டே இருந்தான்.

அவர்கள் ஒரு போக்குவரத்துச் சைகை விளக்கில் பச்சை விளக்கிற்காகக் காத்துக் கொண்டிருந்தபோது, நடைபாதையில் ஒரு பிச்சைக்காரர் உட்கார்ந்து கொண்டிருந்ததை பேபி கண்டார், ஆனால் அந்தப் பிச்சைக்காரர் பிச்சையெடுத்துக் கொண்டிருக்கவில்லை. அப்போது, எங்கிருந்தோ ஒரு குரல் இவ்வாறு கூறியது பேபிக்குக் கேட்டது:

“உன்னிடமுள்ள பணம் முழுவதையும் அவனுக்குக் கொடு.”

பேபி அந்தக் குரலுடன் ஒரு வாக்குவாதத்தில் ஈடுபட்டார். என்ன இருந்தாலும், தன் மகனை ஒரு திரைப்படத்திற்கு அழைத்துச் செல்வதாக அவர் அவனுக்கு வாக்குக் கொடுத்திருந்தார்.

“பணத்தை அவனிடம் கொடு,” என்று அந்தக் குரல் மீண்டும் கூறியது.

“பாதிப் பணத்தை வேண்டுமானால் என்னால் தர முடியும். அப்போது என் மகன் மட்டும் தனியாகப்

படம் பார்த்துக் கொள்ள முடியும். நான் வெளியே காத்திருப்பேன்," என்று பேபி கூறினார்.

ஆனால், அந்தக் குரல் வாக்குவாதம் செய்யும் மனநிலையில் இருக்கவில்லை.

"மொத்தத்தையும் அவனிடம் கொடு."

தான் செய்து கொண்டிருந்த காரியத்தைத் தன் மகனிடம் விளக்குவதற்கு பேபிக்கு நேரம் இருக்கவில்லை. அவர் தன் காரின் எஞ்சினை அணைத்துவிட்டு, தன்னிடம் இருந்த பணம் முழுவதையும் அந்தப் பிச்சைக்காரரிடம் கொடுத்தார்.

"கடவுள் இருக்கிறார். நீங்கள்தான் அதற்கான சான்று," என்று அந்தப் பிச்சைக்காரர் கூறினார். "இன்று என்னுடைய பிறந்தநாள். நான் இன்னும் பிச்சையெடுத்துக் கொண்டிருப்பது குறித்து வருத்தத்தோடும் அவமானத்தோடும் இருந்தேன். எனவே, 'கடவுள் என்ற ஒருவர் இருந்தால், அவர் எனக்கு ஒரு பரிசு கொடுப்பார்,' என்று நினைத்துக் கொண்டு, இன்று நான் யாரிடமும் பிச்சை கேட்கப் போவதில்லை என்று நான் தீர்மானித்தேன்."

ஒரு புனிதப் பயணி ஒரு புயலின் ஊடாக ஒரு கிராமத்தின் வழியே நடந்து சென்று கொண்டிருக்கிறார். அப்போது, ஒரு வீடு தீப்பற்றி எரிந்து கொண்டிருப்பதை அவர் பார்க்கிறார்.

அவர் அந்த வீட்டை நெருங்கும்போது, எரிந்து கொண்டிருக்கின்ற வரவேற்பறையில் ஒருவன் இன்னும் உட்கார்ந்திருப்பதை அவரால் பார்க்க முடிகிறது.

"ஏய், உன் வீடு பற்றி எரிந்து கொண்டிருக்கிறது!" என்று அந்தப் புனிதப் பயணி கத்துகிறார்.

"எனக்குத் தெரியும்," என்று அந்த மனிதன் பதிலளிக்கிறான்.

"பிறகு ஏன் நீ வெளியே வராமல் உள்ளேயே உட்கார்ந்திருக்கிறாய்?"

"ஏனெனில், மழை பெய்து கொண்டிருக்கிறது. மழையில் நனைந்தால் சளிக்காய்ச்சல் வரக்கூடும் என்று என் அம்மா என்னிடம் கூறியிருக்கிறார்," என்று அவன் கூறுகிறான்.

ஜாவோ சீ இவ்வாறு கூறுகிறார்:

"தேவையான நேரத்தில் தன்னுடைய சூழ்நிலையை எவ்வாறு மாற்றிக் கொள்வது என்பதை அறிந்துள்ளவனே அறிவார்ந்தவன்."

சில மாயாஜால மரபுகளில், சீடர்கள், ஆண்டுக்கு ஒரு நாளை – அல்லது, தேவைப்பட்டால் ஒரு வார இறுதியை – தங்கள் வீட்டிலிருக்கும் அனைத்துப் பொருட்களுடனும் தொடர்பு கொள்வதில் செலவிடுகின்றனர்.

அவர்கள் ஒவ்வொரு பொருளையும் தொட்டு, சத்தமாக இவ்வாறு கேட்கின்றனர்:

“இது எனக்கு உண்மையிலேயே தேவையா?”

அவர்கள் தங்களுடைய புத்தக அலமாரியிலிருந்து புத்தகங்களை ஒவ்வொன்றாக வெளியே எடுக்கின்றனர்.

“இதை நான் மீண்டும் என்றாவது படிப்பேனா?”

தாங்கள் பாதுகாத்து வந்துள்ள நினைவுப் பொருட்கள் ஒவ்வொன்றையும் அவர்கள் பார்க்கின்றனர்.

“இது எனக்கு நினைவுபடுத்துகின்ற அந்தக் கணம் எனக்கு முக்கியமானது என்று இன்னமும் நான் கருதுகிறேனா?”

அவர்கள் தங்களுடைய ஆடை அலமாரியைத் திறக்கின்றனர்.

“இந்த ஆடையை நான் பல காலமாக அணியாமலேயே வைத்திருக்கிறேன். இது எனக்கு உண்மையிலேயே தேவையா?”

அந்த ஆசான் இவ்வாறு கூறுகிறார்:

பொருட்களுக்கென்று சொந்த ஆற்றல் உள்ளது. அவை பயன்படுத்தப்படாதபோது, அவை தேங்கிய தண்ணீரைப்போலவும், கொசுக்களுக்கும் சிதைவுக்குமான ஒரு நல்ல இடமாகவும் ஆகின்றன.

நீங்கள் எப்போதும் விழிப்புடன் இருந்து, ஆற்றல் தடையின்றிப் பாய்ந்து செல்ல அனுமதிக்க வேண்டும். பழையவற்றை நீங்கள் ஓர் உடும்புபோலப் பற்றிக் கொண்டிருந்தால், தன்னை வெளிப்படுத்திக் கொள்வதற்குப் புதியவற்றுக்கு இடமில்லாமல் போய்விடுகிறது.

பெரூ நாட்டுப் பழங்கதை ஒன்று, எல்லோரும் மகிழ்ச்சியாக இருந்த ஒரு நகரத்தைப் பற்றிப் பேசுகிறது. அம்மக்கள் தாங்கள் விரும்பியவற்றைச் செய்தனர், ஒருவரோடு ஒருவர் இனிமையாகப் பழகினர். அவர்களில் ஒருவர் மட்டும் விதிவிலக்காக இருந்தார். அந்நகரின் ஆளுநர்தான் அவர். நிர்வகிப்பதற்கு அவருக்கு எதுவும் இல்லாததால், அவர் மிகவும் பரிதாபகரமாக இருந்தார்.

சிறை வெறுமையாக இருந்தது; நீதிமன்றம் ஒருபோதும் பயன்படுத்தப்படவே இல்லை; ஒரு நபரின் வாக்குறுதி ஒரு காகிதத்தைவிட அதிக மதிப்பு வாய்ந்ததாக இருந்ததால், ஆவணப் பதிவகத்திற்கு வருவாய் எதுவும் கிடைக்கவில்லை.

ஒரு நாள், ஒரு நிர்வாக அதிகாரி, வெளியூரிலிருந்து சில வேலையாட்களை வரவழைத்தார். அவர்கள், நகரின் முக்கியச் சதுக்கத்திற்கு நடுவே ஒரு திரைக்குப் பின்னால் தங்களை மறைத்துக் கொண்டனர். அந்தத் திரைக்குப் பின்னாலிருந்து சுத்தியல் சத்தமும் அறுத்தல் சத்தமும் மட்டுமே கேட்டன.

ஒரு வாரம் கழித்து, அதன் திறப்பு விழாவுக்கு, குடிமக்கள் அனைவருக்கும் அந்த ஆளுநர் அழைப்பு விடுத்தார். பெரும் ஆரவாரத்துடன் அந்தத் திரை விலக்கப்பட்டது. அங்கே அவர்கள் கண்டது...ஒரு தூக்குமேடை.

தூக்குமேடைக்கு அங்கு என்ன வேலை என்று மக்கள் தங்களுக்கிடையே கேட்டுக் கொள்ளத் தொடங்கினர். நிச்சயமின்மையாலும் பயத்தாலும் ஆட்கொள்ளப்பட்டு,

அவர்கள் நீதிமன்றத்திற்குப் படையெடுக்கத் தொடங்கினர். முன்பு இதற்கு ஒரு பொதுவான உடன்பாட்டின் மூலம் அவர்கள் தீர்வு கண்டிருப்பர். அவர்கள் தங்களுடைய ஆவணங்களைப் பதிவு செய்வதற்கு ஆவணப் பதிவகத்திற்குச் சென்றனர். முன்பு இதற்கு அவர்களுடைய வாக்குறுதி மட்டுமே போதுமானதாக இருந்திருந்தது. சட்டத்தை அவர்கள் சந்தேகித்ததால், அவர்கள் மீண்டும் தங்கள் ஆளுநரின் பேச்சிற்குச் செவிசாய்த்தனர்.

அந்தத் தூக்குமேடை ஒருபோதும் பயன்படுத்தப்படவே இல்லை, ஆனால் அது அங்கு இருந்தது எல்லாவற்றையும் மாற்றப் போதுமானதாக இருந்தது என்று அந்தப் பழங்கதை கூறுகிறது.

மக்தூப்

விக்டர் ஃப்பிராங்க்கெல் என்ற ஆஸ்திரிய மனநல சிகிச்சையாளர், ஒரு நாஜி வதைமுகாமில் தனக்குக் கிடைத்த அனுபவத்தை விவரிக்கிறார்: "எல்லா அவமானங்களுக்கும் இடையே, சக கைதி ஒருவர் திடீரென்று என்னிடம் இவ்வாறு கிசுகிசுத்தார்: 'நம்முடைய மனைவியர் நம்மை இந்த நிலையில் பார்த்தால்!'... அது என் சொந்த மனைவியைப் பற்றிய எண்ணங்களை என் மனத்திற்குக் கொண்டு வந்தது... நாங்கள் மைல்கணக்கில் தட்டுத்தடுமாறி நடந்து சென்றபோதும், பனி படர்ந்த நிலங்களில் வழுக்கி விழுந்தபோதும், நாங்கள் மீண்டும் மீண்டும் ஒருவருக்கொருவர் ஆதரவாக இருந்து, நாங்கள் தளர்வுற்றிருந்தபோது ஒருவரையொருவர் இழுத்துக் கொண்டு நடந்தபோதும், நாங்கள் எதுவும் பேசிக் கொள்ளவில்லை, ஆனால் நாங்கள் இருவரும் ஒரு விஷயத்தை அறிந்திருந்தோம்: நாங்கள் எங்களுடைய சொந்த மனைவியரைப் பற்றி நினைத்துக் கொண்டிருந்தோம்...

"மனிதக் கவிதையும் மனிதச் சிந்தனையும் எடுத்தியம்புகின்ற மாபெரும் இரகசியத்தின் அர்த்தத்தை அப்போது நான் புரிந்து கொண்டேன்: அன்பு மற்றும் காதலின் மூலமாகவே மனிதனுக்கு விடிவுகாலம் பிறக்கிறது. இவ்வுலகில் இனியும் தனக்கென்று எதுவுமே இல்லாதபோதும் ஒருவன் தன்னுடைய அன்புக்குரியவளைப் பற்றிய நினைவில் மூழ்கும்போது, அது ஒரு சிறு கணத்திற்கு என்றாலும்கூட, அவனால் மகிழ்ச்சியை அனுபவிக்க

முடியும் என்பதை நான் புரிந்து கொண்டேன். மனிதனால் நேர்மறையான நடவடிக்கைகளில் தன்னை வெளிப்படுத்திக் கொள்ள முடியாத, முற்றிலும் சீரழிந்த ஒரு நிலையில், தன்னுடைய துன்பங்களைச் சரியான வழியில் – ஒரு கண்ணியமான வழியில் – தாங்கிக் கொள்வது மட்டுமே அவனுடைய ஒரே சாதனையாக இருக்கின்ற ஒரு நிலையில், அவன் தன் இதயத்தில் சுமந்து திரிகின்ற தன்னுடைய அன்புக்குரியவளின் உருவத்தைக் காதலுடன் நினைத்துப் பார்ப்பதன் மூலம் அவனால் மனநிறைவை அடைய முடியும்...

"என் மனைவி உயிருடன் இருந்தாரா என்பது அப்போது எனக்குத் தெரியாது. அதைக் கண்டுபிடிப்பதற்கு எந்த வழியும் இருக்கவில்லை...ஆனால், அக்கணத்தில் அது இனியும் ஒரு பொருட்டாக இருக்கவில்லை. அதை நான் தெரிந்து கொள்ள வேண்டிய தேவை இருக்கவில்லை. என் காதல், என் எண்ணங்கள், என் அன்புக்குரியவளின் உருவம் ஆகியவற்றின் வலிமையை எதுவொன்றாலும் தொட்டிருக்க முடியாது. என் மனைவி இறந்துவிட்டார் என்பது ஒருவேளை அப்போது எனக்குத் தெரிந்திருந்தால்கூட, அச்செய்தியால் நிலைகுலையாமல், அவருடைய உருவத்தை நான் நினைத்துக் கொண்டிருந்திருப்பேன் என்று நான் நினைக்கிறேன். என் மனத்திற்குள் நான் அவருடன் நடத்திய உரையாடல் எப்போதும்போல விலாவாரியாகவும் மனநிறைவு தருவதாகவும் இருந்திருக்கும். 'உன் இதயத்தில் என்னை ஒரு முத்திரைபோல நிலைப்படுத்து. மரணத்தைப்போலவே அன்பு வலிமையானது.' "

மக்தூப்

அந்த ஆசான் இவ்வாறு கூறுகிறார்:

இக்கணத்திலிருந்து - அடுத்த ஒரு சில நூறு ஆண்டுகளுக்கு - யாரெல்லாம் போதிய சான்றுகளற்ற முன்முடிவுகளைக் கொண்டிருக்கிறார்களோ, அவர்களைப் பிரபஞ்சம் கைவிடப் போகிறது.

பூமியின் ஆற்றல் புதுப்பிக்கப்பட்டாக வேண்டும். புதிய யோசனைகளுக்கு இடம் தேவை. உடலுக்கும் ஆன்மாவுக்கும் புதிய சவால்கள் தேவை. வருங்காலம் நம்முடைய கதவைத் தட்டிக் கொண்டிருக்கிறது. சான்றுகளற்ற முன் அபிப்பிராயங்களின் அடிப்படையிலான யோசனைகளைத் தவிர மற்ற அனைத்து யோசனைகளும் உள்ளே வர அனுமதிக்கப்படும்.

முக்கியமானவை அனைத்தும் தொடர்ந்து நிலைத்திருக்கும், பயனற்றவை அனைத்தும் மறைந்துவிடும். ஆனால், நாம் ஒவ்வொருவரும் நம்முடைய சொந்த வெற்றிகளை மட்டுமே சீர்தூக்கிப் பார்க்க வேண்டுமே அன்றி, நம்முடைய சக மனிதர்களின் கனவுகளை அல்ல.

நம்முடைய சொந்தப் பாதையில் நம்பிக்கை கொள்வதற்கு, இன்னொருவருடைய பாதை தவறானது என்று நாம் நிரூபிக்க வேண்டிய தேவையில்லை. அவ்வாறு செய்ய முயற்சிக்கின்ற எவரொருவருக்கும் தன்னுடைய சொந்த நடவடிக்கைகளில் நம்பிக்கை இல்லை என்பது வெளிப்படை.

வாழ்க்கை என்பது நம்முடைய சொந்தக் குறிக்கோளை நிறைவேற்றுவதை மட்டுமே இலக்காகக் கொண்ட ஒரு நீண்ட சைக்கிள் பந்தயத்தைப் போன்றது.

தொடக்கத்தில், நாம் எல்லோரும் நட்பையும் உற்சாகத்தையும் பகிர்ந்து கொண்டு ஒன்றாகச் சேர்ந்து இருக்கிறோம். பந்தயம் தொடங்கிய பிறகு, தொடக்கத்தில் இருந்த உற்சாகம் மறைந்து, களைப்பு, சவால்கள், சுயசந்தேகம் போன்ற உண்மையான சவால்கள் முளைக்கின்றன. நம்முடைய நண்பர்களில் சிலர் தங்களுடைய முயற்சியைக் கைவிட்டிருப்பதை நாம் கவனிக்கிறோம். அவர்கள் இன்னும் சைக்கிள் ஓட்டிச் சென்று கொண்டுதான் இருக்கிறார்கள், ஆனால் சாலையின் நடுவே அவர்களால் திடுதிப்பென்று நின்றுவிட முடியாது என்பது மட்டுமே அதற்கான காரணம். அவர்களில் பலர், துணைக்கு வருகின்ற வேனுக்குப் பக்கத்தில், ஒருவரோடு ஒருவர் அரட்டையடித்துக் கொண்டு சைக்கிளை இயந்திரத்தனமாக ஓட்டிச் சென்று கொண்டிருக்கின்றனர்.

சிறிது நேரத்தில் அவர்கள் நம் பார்வையிலிருந்து மறைந்துவிடுகின்றனர். பிறகு, தனிமையையும், நமக்கு அறிமுகமில்லாத ஒவ்வொரு வளைவிலும் நமக்குக் காத்துக் கொண்டிருக்கின்ற ஆச்சரியங்களையும் நாம் எதிர்கொள்ள வேண்டியிருக்கிறது. சைக்கிளில் ஏற்படக்கூடிய பிரச்சனைகளைப் பற்றித் தனியாகக் கூறத் தேவையில்லை.

மக்தூப்

இறுதியில், இவ்வளவு கடும் முயற்சி உண்மையிலேயே மதிப்பு வாய்ந்ததுதானா என்ற கேள்வி நம்முள் தோன்றுகிறது.

ஆமாம், அது மதிப்பு வாய்ந்ததுதான். முயற்சியைக் கைவிட்டுவிடாதீர்கள்.

ஓர் ஆசானும் அவருடைய சீடனும் அரேபியப் பாலைவனங்களின் ஊடாகத் தங்கள் குதிரைகள்மீது பயணித்துக் கொண்டிருந்தனர். இறைநம்பிக்கையைப் பற்றித் தன் சீடனுக்குக் கற்றுக் கொடுப்பதற்கு அந்த ஆசான் அவர்களுடைய பயணத்தின் ஒவ்வொரு கணத்தையும் சிறப்பாகப் பயன்படுத்திக் கொண்டார்.

"எல்லாவற்றையும் கடவுளை நம்பி அவரிடம் ஒப்படைத்துவிடு," என்று அவர் கூறினார். "கடவுள் தன் குழந்தைகளை ஒருபோதும் கைவிடுவதில்லை."

அன்றிரவு, அவர்கள் ஒரு கூடாரம் அமைத்துக் கொண்டிருந்தபோது, அருகிலிருந்த ஒரு பாறையுடன் அக்குதிரைகளைக் கட்டிப் போடுமாறு அந்த ஆசான் தன் சீடனிடம் கூறினார். அந்தச் சீடன் அந்தப் பாறையை அடைந்தபோது, அவனுடைய ஆசானின் போதனைகள் அவனுடைய நினைவுக்கு வந்தன. "அவர் என்னைச் சோதித்துக் கொண்டிருக்கிறார்," என்று அவன் நினைத்தான். "நான் இந்தக் குதிரைகளைக் கடவுளின் பராமரிப்பில் விட்டுவிட்டுச் செல்ல வேண்டும்." இந்த நினைப்புடன், அவன் அக்குதிரைகளைக் கட்டிப் போடாமல் அங்கு விட்டுவிட்டுத் திரும்பிச் சென்றான்.

மறுநாள் காலையில், அந்தக் குதிரைகள் அங்கிருந்து ஓடிப் போயிருந்ததை அவன் கண்டறிந்தான். இதனால் கடும் கோபமடைந்து, அவன் தன் ஆசானிடம் சென்றான்.

“கடவுளைப் பற்றி உங்களுக்கு எதுவுமே தெரியவில்லை. நேற்று நான் நம்முடைய குதிரைகளை அவருடைய பராமரிப்பில் விட்டுவிட்டு வந்தேன். இப்போது அவை ஓடிப் போய்விட்டன,” என்று அவன் கூறினான்.

“கடவுள் அவற்றைக் கவனித்துக் கொள்ள விரும்பினார், ஆனால் அதற்கு, அவற்றைப் பாதுகாப்பாக அந்தப் பாறையுடன் கட்டிப் போடுவதற்கு அவருக்கு உன்னுடைய கைகள் தேவைப்பட்டன,” என்று அந்த ஆசான் விளக்கினார்.

“ஒருவேளை, ஆத்மாக்களைக் காப்பாற்றுவதற்குக் கடவுள் தன்னுடைய அப்போஸ்தலர்களை நரகத்திற்கு அனுப்பி வைத்திருக்கக்கூடும்,” என்று ஜான் கூறுகிறார். “அங்குக்கூட நம்பிக்கை இன்னும் மீதமிருக்கிறது.”

இந்த யோசனை அந்தப் பயணிக்கு ஆச்சரியமூட்டுகிறது. ஜான், லாஸ் ஏஞ்சலீஸ் நகரில் ஒரு தீயணைப்பு வீரராக இருக்கிறார். இன்று அவருடைய விடுமுறை நாள்.

“நீங்கள் ஏன் அப்படிக் கூறுகிறீர்கள்?” என்று அப்பயணி கேட்கிறார்.

“ஏனெனில், நரகம் எப்படி இருக்கும் என்பதை நான் அறிவேன். அதை இந்தப் புவியில் நான் அனுபவித்துள்ளேன். எரிந்து கொண்டிருக்கின்ற கட்டடங்களுக்குள் நான் போகிறேன், உயிர்பிழைக்க வேண்டும் என்ற பரிதவிப்புடன் அங்கிருந்து தப்பிக்க முயற்சித்துக் கொண்டிருக்கின்ற மக்களை நான் காண்கிறேன். பல தருணங்களில், அவர்களைக் காப்பாற்றுவதற்கு நான் என்னுடைய சொந்த உயிரைப் பணயம் வைக்க வேண்டியிருக்கிறது. இந்தப் பரந்த பிரபஞ்சத்தில் நான் ஒரு சின்னஞ்சிறு துகள் மட்டுமே. ஆனால், நான் எதிர்கொள்கின்ற பல நரகங்களின் நடுவே நான் ஒரு கதாநாயகனைப்போல நடந்து கொள்ள வேண்டிய கட்டாயத்திற்கு நான் உள்ளாகிறேன். ஒன்றுமில்லாதவனான என்னால் அதைச் செய்ய முடிகிறது என்றால், இயேசுவால் என்னவெல்லாம் செய்ய முடியும் என்பதைக் கற்பனை செய்து பாருங்கள்!

அவருடைய அப்போஸ்தலர்களில் சிலர் அங்கே நரகத்தில் ஆத்மாக்களைக் காப்பாற்றிக் கொண்டிருக்கிறார்கள் என்று நான் உறுதியாக நம்புகிறேன்."

அந்த ஆசான் இவ்வாறு கூறுகிறார்:

பண்டைய நாகரிகங்களில் பலவற்றில், இறந்தவர்களை, ஒரு குழந்தை தன் தாயின் வயிற்றில் இருக்கும்போது சுருண்டு படுத்திருக்கின்ற அதே நிலையில் புதைப்பது வழக்கமாக இருந்தது. "அவர்கள் இன்னொரு வாழ்க்கைக்குள் பிறக்கின்றனர். எனவே, அவர்கள் இந்த உலகிற்குள் வந்தபோது எந்த நிலையில் இருந்தார்களோ, அதே நிலையில் நாங்கள் அவர்களைக் கிடத்தி வைக்கிறோம்," என்று அவர்கள் கூறினர். மாற்றம் எனும் அதிசயத்துடன் ஒரு நிரந்தரத் தொடர்பில் இருக்கின்ற அந்த நாகரிகங்களைப் பொறுத்தவரை, மரணம் என்பது பிரபஞ்சத்தின் நீண்ட நெடிய சாலையில் நாம் எடுத்து வைக்கின்ற இன்னோர் அடி மட்டுமே.

மரணம் குறித்த அந்த மென்மையான கண்ணோட்டத்தை உலகம் படிப்படியாகத் தொலைத்துவிட்டது. ஆனால், நம்முடைய சிந்தனையும் செயலும் நம்பிக்கையும் என்னவாக இருந்தாலும் அது ஒரு பொருட்டல்ல: என்றோ ஒரு நாள் நாம் அனைவரும் இறக்கத்தான் போகிறோம்.

பழங்கால யாக்கி இந்தியர்களின் மனப்போக்கைப் பின்பற்றுவது சிறந்தது: மரணத்தை ஓர் ஆலோசகராகப் பயன்படுத்திக் கொண்டு, "நான் இறக்கத்தான் போகிறேன் என்றால், இப்போது நான் என்ன செய்ய வேண்டும்?" என்று தொடர்ந்து கேட்டுக் கொண்டே இருங்கள்.

மக்தூப்

வாழ்க்கை என்பது அறிவுரை கேட்பதையோ அல்லது அறிவுரை வழங்குவதையோ பற்றியது அல்ல. நமக்கு உதவி தேவைப்பட்டால், மற்றவர்கள் எவ்வாறு தங்களுடைய பிரச்சனைகளுக்குத் தீர்வு காண்கிறார்கள் அல்லது தீர்வு காணத் தவறுகிறார்கள் என்பதைப் பார்ப்பது சிறந்தது.

நம்முடைய தேவதூதர் எப்போதும் நம்முடன் இருக்கிறார், வேறொருவர் பேசுகின்ற வார்த்தைகளில் நமக்கான பதிலை அவர் வழங்குகிறார். அந்த பதில், வழக்கமாக, நாம் எவ்வளவுதான் ஏதோ ஒரு யோசனையில் மூழ்கியிருந்தாலும்கூட நம்முடைய சொந்தக் கவலைகள் நம் வாழ்வின் அதிசயத்தைத் திரைபோட்டு மறைக்க நாம் ஒருபோதும் அனுமதிக்காதபோது தற்செயலாக வருகிறது.

நம்முடைய தேவதூதர் தனக்குப் பழக்கமான வழியில் பேசட்டும் - அது தேவை என்று அவருக்குத் தோன்றும்போது.

அந்த ஆசான் இவ்வாறு கூறுகிறார்:

அறிவுரைதான் வாழ்வின் கோட்பாடு, ஆனால் நடைமுறை முற்றிலும் வித்தியாசமாக இருப்பதுபோலத் தெரிகிறது.

ஒரு நாள், ரியோ டி ஜெனீரோவிலுள்ள 'கரிஸ்மேட்டிக் ரென்யூவல்' தேவாலயத்தைச் சேர்ந்த ஒரு பாதிரியார் ஒரு பேருந்தில் பயணம் செய்து கொண்டிருந்தபோது, எழுந்து நின்று அங்கேயே அப்போதே இயேசுவின் செய்தியை போதிக்கும்படி ஒரு குரல் அவரிடம் கூறியது அவருக்குக் கேட்டது. அவர் அந்தக் குரலிடம் இவ்வாறு கூறினார்:

"எனக்குப் பைத்தியம் பிடித்துவிட்டதாக எல்லோரும் நினைப்பார்கள். பிரசங்கம் செய்வதற்கான இடம் இதுவல்லவே."

ஆனால், பேசும்படி ஏதோ ஒன்று அவருக்குள் இருந்து தொடர்ந்து அவரிடம் வலியுறுத்திக் கொண்டிருந்தது.

"இதோ பார், நான் உண்மையிலேயே கூச்ச இயல்பு கொண்டவன். இதைச் செய்யும்படி தயவு செய்து என்னை வற்புறுத்தாதே," என்று அவர் மன்றாடினார்.

ஆனால், அந்தக் குரல் தன் நிலைப்பாட்டில் உறுதியாக இருந்தது.

அப்போது, அவர் கொடுத்திருந்த வாக்குறுதி அவருடைய நினைவுக்கு வந்தது. இயேசு தன்னிடம் கேட்ட எதுவொன்றையும் ஏற்றுக் கொள்வது என்பதுதான் அது. அவர் மிகவும் தர்மசங்கடமாக உணர்ந்தபடி, தன் இருக்கையிலிருந்து எழுந்து, பைபிளின் நற்செய்தியைப் பற்றிப் பேசத் தொடங்கினார். மற்றப் பயணியர் அமைதியாக அவருடைய பேச்சைக் கேட்டனர். அவர் அவர்கள் ஒவ்வொருவரையும் கண்ணோடு கண் பார்த்தார், அவர்கள்

தங்களுடைய பார்வையை அவரிடமிருந்து விலக்கவில்லை. அவர் தன் இதயத்திலிருந்த எல்லாவற்றையும் கூறினார். பிரசங்கம் நிறைவடைந்ததைத் தொடர்ந்து, அவர் மீண்டும் தன் இருக்கையில் அமர்ந்தார்.

அக்கணத்தில் தான் எந்தப் பணியை நிறைவேற்றிக் கொண்டிருந்தோம் என்பது இப்போதுவரை அவருக்குத் தெரியாது, ஆனால் தான் ஒரு பணியை நிறைவேற்றியிருந்தோம் என்பதில் அவர் உறுதியாக இருக்கிறார்.

ஓர் ஆப்பிரிக்கப் பழங்குடி மருத்துவர், தன் கீழ் பயின்று கொண்டிருக்கின்ற ஒரு பயிற்சியாளரை ஒரு காட்டின் வழியாக அழைத்துச் சென்று கொண்டிருக்கிறார். அந்த மருத்துவர் மிகவும் வயதானவராக இருந்தாலும், அவர் மிகவும் சுறுசுறுப்பாக நடக்கிறார், ஆனால் அந்தப் பயிற்சியாளர் தொடர்ந்து தடுக்கி விழுந்து கொண்டிருக்கிறார். அந்தப் பயிற்சியாளர் தகாத வார்த்தைகளால் திட்டிக் கொண்டே எழுந்து, அந்தக் கடுமையான நிலத்தின்மீது காறி உமிழ்ந்துவிட்டு, தன்னுடைய ஆசானைப் பின்தொடர்கிறார்.

ஒரு நீண்ட பயணத்திற்குப் பிறகு, அவர்கள் ஒரு புனிதமான இடத்தை அடைகின்றனர். அங்கு நிற்கக்கூட இல்லாமல், அந்த முதியவர் உடனடியாக அங்கிருந்து திரும்பி நடக்கத் தொடங்குகிறார்.

"இன்று நீங்கள் எனக்கு எதுவும் கற்றுத் தரவில்லை," என்று அந்தப் பயிற்சியாளர் கூறுகிறார். அப்போது அவர் மீண்டும் தடுக்கி விழுகிறார்.

"நான் உனக்குக் கற்றுக் கொடுத்திருக்கிறேன், ஆனால் நீ கற்றுக் கொள்ளத் தவறியுள்ளதுபோலத் தெரிகிறது," என்று அந்த முதியவர் கூறுகிறார். "வாழ்வில் நீ செய்கின்ற தவறுகளை எவ்வாறு கையாள்வது என்பதை நான் உனக்குக் கற்றுக் கொடுக்க முயற்சித்துக் கொண்டிருக்கிறேன்."

"நான் அவற்றை எவ்வாறு கையாள வேண்டும்?"

“நீ கீழே விழுகின்ற ஒவ்வொரு முறையும் எவ்வாறு கையாள வேண்டுமோ அவ்வாறே,” என்று அந்த முதியவர் கூறுகிறார். “நீ விழுகின்ற இடத்தைப் பழிப்பதற்குப் பதிலாக, எது உன்னைத் தடுக்கி விழச் செய்தது என்பதை நீ பார்க்க வேண்டும்.”

ஒரு நாள் மாலையில், முதன்மை மடாதிபதி ஸ்கெட்டிஸ் மடத்திற்கு வருகை தந்தபோது, ஒரு துறவி அவரைப் பார்க்க வந்தார்.

"என்னை எவ்வாறு வழிநடத்துவது என்பது என் ஆன்மிக ஆலோசகருக்குத் தெரியவில்லை. நான் அவரிடமிருந்து விலகிவிட வேண்டுமா?" என்று அத்துறவி கேட்டார்.

முதன்மை மடாதிபதி எதுவும் கூறவில்லை. பிறகு அந்தத் துறவி பாலைவனத்திற்குத் திரும்பிச் சென்றுவிட்டார். ஒரு வாரம் கழித்து, அவர் மீண்டும் அந்த முதன்மை மடாதிபதியைப் பார்க்க வந்தார்.

"என்னை எவ்வாறு வழிநடத்துவது என்பது என் ஆன்மிக ஆலோசகருக்குத் தெரியவில்லை," என்று அவர் மீண்டும் கூறினார். "நான் அவரைவிட்டு விலகுவதென்று தீர்மானித்துள்ளேன்."

"இவை அறிவார்ந்த வார்த்தைகள்," என்று அந்த முதன்மை மடாதிபதி கூறினார். "தன்னுடைய ஆன்மாவுக்குத் திருப்தியில்லை என்பதை ஒருவன் பார்க்கும்போது, அவன் அறிவுரை கேட்பதில்லை. மாறாக, இந்த வாழ்வின் ஊடான தன்னுடைய பயணத்தைத் தக்கவைத்துக் கொள்ளத் தேவையான தீர்மானங்களை அவன் எடுக்கிறான்."

மக்தூப்

ஓர் இளம் பெண் அந்தப் பயணியிடம் சென்று இவ்வாறு கூறுகிறாள்:

“நான் உங்களிடம் ஒரு விஷயம் சொல்ல விரும்புகிறேன். குணமாக்கும் சக்தி என்னிடம் இருப்பதாக நான் எப்போதும் நம்பி வந்துள்ளேன், ஆனால் அதை முயற்சித்துப் பார்ப்பதற்கான துணிச்சல் எனக்கு ஒருபோதும் இருந்ததில்லை. பிறகு ஒரு நாள், என் கணவரின் இடது காலில் ஒரு கடுமையான வலி ஏற்பட்டது. அவருக்கு உதவி செய்ய அங்கு யாரும் இல்லாததால், மிகுந்த தர்மசங்கடத்துடன், என்னுடைய கைகளை அவருடைய காலின்மீது வைத்து, அவருடைய வலி நீங்க வேண்டும் என்று பிரார்த்தனை செய்வதென்று நான் தீர்மானித்தேன்.

“என்னால் அவருக்கு உதவ முடியும் என்று உண்மையில் நம்பாமலேயேதான் நான் அதைச் செய்தேன். ஆனால், ‘இறைவா, உன்னுடைய ஒளி மற்றும் உன்னுடைய வலிமையின் தூதுவராக என் மனைவி இருப்பதற்கு அனுமதி கொடு,’ என்று என் கணவர் பிரார்த்தனை செய்ததை நான் கேட்டேன். அப்போது என் கைகள் வெதுவெதுப்பாக ஆகத் தொடங்கின. என் கணவரின் கால் வலி விரைவில் நீங்கியது.

“பிறகு, அவர் ஏன் அப்படிப் பிரார்த்தித்தார் என்று நான் அவரிடம் கேட்டேன். எனக்குத் தன்னம்பிக்கையூட்டுவதற்காகத் தான் அவ்வாறு செய்ததாக அவர் கூறினார். அவருடைய அந்த வார்த்தைகளால் இப்போது என்னால் குணப்படுத்த முடிகிறது.”

தத்துவவியலாளர் அரிஸ்டிப்பஸ், சீராகுஸின் கொடுங்கோலனான முதலாம் டயானிசியஸின் ஆதரவில் வாழ்ந்து வந்தார்.

ஒரு நாள் மாலையில், டியோஜெனிஸ் தனக்கென்று ஒரு சிறிய பாத்திரத்தில் பருப்பு சமைத்துக் கொண்டிருந்ததை அரிஸ்டிப்பஸ் கண்டார்.

"நீ மட்டும் டயானிசியஸுக்குத் தலைவணங்கத் தயாராக இருந்தால், நீ பருப்பு சாப்பிட்டுக் கொண்டிருக்க வேண்டியதில்லை," என்று அரிஸ்டிப்பஸ் கூறினார்.

"நீ மட்டும் பருப்பு சாப்பிடப் பழகிக் கொண்டால், டயானிசியஸுக்கு நீ தலைவணங்க வேண்டியிருக்காது," என்று டியோஜெனிஸ் அதற்கு பதிலடி கொடுத்தார்.

அந்த ஆசான் இவ்வாறு கூறுகிறார்:

எல்லாவற்றுக்கும் ஒரு விலை உண்டு என்பது உண்மை என்றாலும், அந்த விலை ஒப்பு நோக்கிக் காணத்தக்கதாகும். நாம் நம்முடைய கனவுகளைப் பின்தொடரும்போது, நாம் ஏழைகள், மகிழ்ச்சியற்றவர்கள், துயரத்தில் உழல்கின்றவர்கள் என்ற எண்ணத்தை நாம் மற்றவர்களுக்குக் கொடுக்கக்கூடும். ஆனால், மற்றவர்கள் என்ன நினைக்கிறார்கள் என்பது ஒரு பொருட்டல்ல; நம் இதயத்திலுள்ள மகிழ்ச்சியே முக்கியமானது.

துருக்கியில் வாழ்ந்து கொண்டிருந்த ஒருவன், பாரசீகத்தில் வாழ்ந்த ஒரு மாபெரும் ஆசானைப் பற்றிக் கேள்விப்பட்டான்.

அவன் சிறிதும் தயங்காமல், தன்னுடைய உடைமைகள் அனைத்தையும் விற்றுவிட்டு, தன்னுடைய குடும்பத்தாரிடமிருந்து விடைபெற்றுக் கொண்டு, ஞானத்தைத் தேடிச் சென்றான்.

பல ஆண்டுகாலப் பயணத்திற்குப் பிறகு, இறுதியில், அந்த மாபெரும் ஆசான் வாழ்ந்த வீட்டிற்கு அவன் வந்து சேர்ந்தான். மனம் முழுக்க பயத்தோடும் மரியாதையோடும் அவன் அந்த வீட்டின் கதவைத் தட்டினான்.

அந்த மாபெரும் ஆசான் அக்கதவைத் திறந்தார்.

"நான் துருக்கியிலிருந்து வந்திருக்கிறேன். உங்களிடம் ஒரே ஒரு கேள்வி கேட்பதற்காகத்தான் இந்த ஒட்டுமொத்தப் பயணத்தை நான் மேற்கொண்டேன்," என்று அந்த மனிதன் கூறினான்.

அந்த முதியவர் அவனை வியப்புடன் பார்த்தார்.

"சரி, நீ ஒரே ஒரு கேள்வி மட்டும் கேட்கலாம்."

"நான் இப்போது கேட்கவிருப்பது குறித்து நான் தெளிவாக இருக்க வேண்டும். நான் துருக்கி மொழியில் அக்கேள்வியைக் கேட்கலாமா?"

"கேட்கலாம்," என்று கூறிய அந்த ஆசான், "நான் உன்னுடைய ஒரு கேள்விக்கு பதிலளித்துவிட்டேன். நீ வேறு ஏதேனும் தெரிந்து கொள்ள விரும்பினால், உன்

இதயம் சொல்வதைக் கேள். அது உனக்கு விடையளிக்கும்," என்றார்.

பிறகு அவர் தன் வீட்டுக் கதவை மூடினார்.

மக்தூப்

அந்த ஆசான் இவ்வாறு கூறுகிறார்:

வார்த்தைதான் சக்தி. வார்த்தைகள் உலகத்தையும் மனிதகுலத்தையும் முற்றிலுமாக மாற்றுகின்றன.

"உன் வாழ்விலுள்ள நல்ல விஷயங்களைப் பற்றிப் பேசாதே. ஏனெனில், மற்றவர்களின் பொறாமை உன்னுடைய மகிழ்ச்சியை அழித்துவிடும்," என்று நம் எல்லோரிடமும் சொல்லப்பட்டு வந்துள்ளது.

அது உண்மையல்ல. வாழ்வின் வெற்றியாளர்கள் தங்கள் வாழ்வில் நிகழ்ந்த அதிசயங்களைப் பற்றிப் பெருமிதத்தோடு பேசுகின்றனர். நீங்கள் நேர்மறையான ஆற்றலை வெளியே அனுப்பினால், அது அதிக நேர்மறையான ஆற்றலை உங்களிடம் கவர்ந்திழுக்கும், உங்களை உண்மையிலேயே நேசிக்கின்றவர்களுக்கு மகிழ்ச்சியைக் கொண்டுவரும்.

தோல்வியுற்றுள்ள பொறாமைக்காரர்களைப் பொறுத்தவரை, நீங்கள் அவர்களை அனுமதித்தால் மட்டுமே அவர்களால் உங்களுக்குத் தீங்கிழைக்க முடியும்.

அஞ்சாதீர்கள். யார் கேட்க விரும்புகிறார்களோ, அவர்களிடம் உங்கள் வாழ்விலுள்ள நல்ல விஷயங்களைப் பற்றிப் பேசுங்கள். உலகின் ஆன்மாவுக்கு உங்கள் மகிழ்ச்சி அதிகமாகத் தேவைப்படுகிறது.

முன்னொரு காலத்தில், தன்னுடைய வம்சாவளி குறித்து இறுமாப்பு கொண்டிருந்த ஒரு மன்னன் இருந்தான். பலவீனமானவர்களிடம் கொடூரமாக நடந்து கொள்வதற்குப் பெயர் பெற்றிருந்தவன் அவன். ஒரு நாள், அவன் தன் பரிவாரங்களுடன் அரகான் நகரில் ஒரு வயல்வெளியின் ஊடாகப் பயணித்துக் கொண்டிருந்தான். அந்த இடத்தில், பல ஆண்டுகளுக்கு முன், அவனுடைய தந்தை ஒரு போரில் தோற்றிருந்தார்.

அங்கே இந்த மன்னன் ஒரு துறவியைச் சந்தித்தான். அவர் ஒரு பெரிய எலும்புக் குவியலுக்குள் எதையோ தேடிக் கொண்டிருந்தார்.

“இங்கே என்ன செய்து கொண்டிருக்கிறாய்?” என்று அந்த மன்னன் கேட்டான்.

“மன்னா, ஸ்பெயினின் மன்னர் இங்கே வந்து கொண்டிருந்ததாக நான் கேள்விப்பட்டபோது, உங்கள் தந்தையின் எலும்புகளைக் கண்டுபிடித்து உங்களிடம் கொடுப்பதென்று நான் தீர்மானித்தேன். ஆனால், நான் எவ்வளவு தேடியும் என்னால் அவற்றைக் கண்டுபிடிக்க முடியவில்லை. ஏனெனில், அவற்றுக்கும், உழவர்கள், ஏழைகள், பிச்சைக்காரர்கள், மற்றும் அடிமைகளின் எலும்புகளுக்கும் இடையே எந்த வேறுபாடும் இல்லை.”

மக்தூப்

லாங்க்ஸ்டன் ஹியூஸ் எழுதிய 'த நீக்ரோ ஸ்பீக்ஸ் ஆஃப் ரிவர்ஸ்' கவிதை:

ஆறுகளை நான் அறிவேன்:
இவ்வுலகத்தையும், மனித நரம்புகளில் பாய்கின்ற மனித
இரத்தத்தையும்விட மிகப் பழமையான ஆறுகளை நான்
அறிவேன்.

என் ஆன்மா அந்த ஆறுகளைப்போல ஆழமாக
வளர்ந்துள்ளது.

வைகறையில் நான் யூஃப்ரடீஸில் குளித்தேன்.
காங்கோவின் அருகே நான் என் குடிசையை அமைத்தேன்.
அந்த ஆறு எனக்குத் தாலாட்டுப் பாடி என்னைத் தூங்க
வைத்தது.
நான் நைல் நதியைப் பார்த்து பிரமித்தேன், அதற்கு மேலாகப்
பிரமிடுகளைக் கட்டினேன்.
ஆபிரகாம் லிங்கன் நியூ ஆர்லீன்ஸுக்குச் சென்றபோது
மிஸ்ஸிஸிப்பி ஆறு பாடியதை நான் கேட்டேன்.
அதன் செழுமையான, கலங்கலான நீர், சூரிய
அஸ்தமனத்தின்போது பொன்னிறத்திற்கு மாறுவதை
நான் கண்டிருக்கிறேன்.

ஆறுகளை நான் அறிவேன்:
பழமையான, கலங்கலான ஆறுகள்.

என் ஆன்மா அந்த ஆறுகளைப்போல ஆழமாக
வளர்ந்துள்ளது.

“எந்தப் பண்புநலன்கள் ஒருவனைச் சிறந்த வாள்வீரனாக ஆக்குகின்றன?” என்று ஒரு வீரன் கேட்டான்.

“மடத்திற்கு அருகே உள்ள வயல்வெளிக்குச் செல். அங்கே ஒரு பாறையை நீ காண்பாய். அதை இகழ்ந்து பேசு,” என்று அவனுடைய ஆசான் கூறினார்.

“நான் ஏன் அதைச் செய்ய வேண்டும்?” என்று அந்தச் சீடன் கேட்டான். “அந்தப் பாறை எனக்கு பதில் சொல்லாது.”

“அப்படியானால் அதை உன் வாளால் தாக்கு,” என்று அந்த ஆசான் கூறினார்.

“நான் அதையும் செய்ய மாட்டேன். என் வாள் உடைந்துவிடும். அந்தப் பாறையை நான் என் வெற்றுக் கைகளால் தாக்கினால், என் விரல்கள் காயப்படும். அதனால் எனக்கு என்ன பயன்? நான் உங்களிடம் கேட்டக் கேள்வி வேறு: எந்தப் பண்புநலன்கள் ஒருவனைச் சிறந்த வாள்வீரனாக ஆக்குகின்றன?”

“அந்தப் பாறையை மிகவும் ஒத்திருப்பவனே சிறந்த வாள்வீரன். அப்பாறை, உறையிலிருந்து தன் வாளை உருவாமலேயே, தன்னை யாராலும் வீழ்த்த முடியாது என்பதைக் காட்டிவிடுகிறது,” என்று அந்த ஆசான் கூறினார்.

மக்தூப்

அந்தப் பயணி, ஸ்பெயினிலுள்ள நவாரா பிராந்தியத்தில் அமைந்துள்ள சான் மார்ட்டின் டி அன்ஸ் என்ற சின்னஞ்சிறிய கிராமத்திற்கு வந்து சேர்கிறார். கிட்டத்தட்டப் பாழடைந்த நிலையில் உள்ள அந்தக் கிராமத்தில், அழகான, ரோமக் கட்டடக்கலைப் பாணியில் அமைந்துள்ள ஒரு தேவாலயத்திற்கான சாவியை வைத்துள்ள பெண்ணை அவர் கண்டுபிடிக்கிறார். அவள் பல குறுகலான சந்துகளின் வழியாக அவரை அன்போடு வழிநடத்திச் சென்று, அந்த தேவாலயத்தின் கதவைத் திறக்கிறாள்.

அந்த இடைக்காலத்துக் கோவிலில் சூழ்ந்திருக்கும் இருளும் அமைதியும் அந்தப் பயணியின் மனத்தை ஆழமாக நெகிழச் செய்கின்றன. அவர் அந்தப் பெண்ணுடன் சிறிது நேரம் பேசுகிறார். ஒரு கட்டத்தில், அப்போது நண்பகல் நேரமாக இருந்தும்கூட அந்த தேவாலயத்தின் உள்ளே அமைந்துள்ள அழகான கலைப்படைப்புகளைத் தன்னால் பார்க்க முடியவில்லை என்று அவர் குறிப்பிடுகிறார்.

“காலைநேர வெளிச்சத்தில் மட்டுமே அவற்றைப் பார்க்க முடியும்,” என்று அப்பெண் கூறுகிறாள். “பண்டைய கதை ஒன்றின்படி, இந்த தேவாலயத்தைக் கட்டியவர்கள் இதைத்தான் நமக்குக் கற்றுக் கொடுக்க விரும்பினர். அதாவது, தேர்ந்தெடுக்கப்பட்ட நேரத்தில் மட்டுமே கடவுள் தன்னுடைய மாட்சிமையை வெளிப்படுத்துகிறார் என்பதை அவர்கள் நமக்குக் கற்பிக்க விரும்பினர்.”

அந்த ஆசான் இவ்வாறு கூறுகிறார்:

இரண்டு கடவுளர் உள்ளனர்: நம்முடைய ஆசிரியர்கள் நமக்குக் கற்றுக் கொடுத்தக் கடவுள், மற்றும் நமக்குக் கற்றுக் கொடுக்கின்ற கடவுள்; பொதுவாக மக்கள் குறிப்பிடுகின்ற கடவுள், மற்றும் நம்மிடம் பேசுகின்ற கடவுள்; நாம் பயம் கொள்கின்ற கடவுள், மற்றும் நம்மிடம் இரக்கத்தைப் பற்றிப் பேசுகின்ற கடவுள்.

இரண்டு கடவுளர் இருக்கின்றனர்: வசதியாக வாழ்கின்ற கடவுள், மற்றும் நம்முடைய அன்றாட வாழ்வில் பங்கு கொள்கின்ற கடவுள். நம்மிடம் கட்டணம் வசூலிக்கின்ற கடவுள், மற்றும் நம்முடைய கடன்களைப் பொறுத்தருள்கின்ற கடவுள். நரகத் தீயைக் குறிப்பிட்டு நம்மை அச்சுறுத்துகின்ற கடவுள், மற்றும் நாம் அடியெடுத்து வைக்க வேண்டிய சிறந்த பாதையை நமக்குக் காட்டுகின்ற கடவுள்.

இரண்டு கடவுளர் உள்ளனர்: நம்முடைய பல தவறுகளைக் கொண்டு நம்மை நசுக்குகின்ற கடவுள், மற்றும் தன்னுடைய அன்பால் நம்மை விடுவிக்கின்ற கடவுள்.

மக்தூப்

“இத்தகைய அற்புதமான கலைப்படைப்புகளை உங்களால் எவ்வாறு உருவாக்க முடிகிறது?” என்று யாரோ ஒரு முறை மைக்கேலேஞ்சலோவிடம் கேட்டனர்.

“அது மிக எளிமையானது,” என்று மைக்கேலேஞ்சலோ கூறினார். “நான் என் வேலையைத் தொடங்குவதற்கு முன்பே அந்தப் பளிங்குக் கல்லுக்குள் சிற்பம் செதுக்கி முடிக்கப்பட்டுள்ளது. அது ஏற்கனவே அங்கு இருக்கிறது. மேலே தேவைக்கு அதிகமாக இருக்கின்றவற்றை மட்டும் நான் என் உளியால் அகற்ற வேண்டும், அவ்வளவுதான்.”

அந்த ஆசான் இவ்வாறு கூறுகிறார்:

நாம் அனைவரும் உருவாக்க விதிக்கப்பட்டுள்ள கலைப்படைப்பு ஒன்று உள்ளது.

அதுதான் நம் வாழ்வின் மையப் புள்ளி. நாம் அதை மறுக்க எவ்வளவு கடினமாக முயற்சித்தாலும், அது நம் மகிழ்ச்சிக்கு எவ்வளவு இன்றியமையாதது என்பதை நாம் அறிவோம். வழக்கமாக, இந்தக் கலைப்படைப்பு, ஆண்டுக்கணக்கில் நம்மிடம் குடிகொண்டுள்ள பயம், குற்றவுணர்வு, தீர்மானமின்மை ஆகியவற்றால் மூடி மறைக்கப்பட்டுள்ளது.

ஆனால், நம்முடைய திறனைச் சந்தேகிக்காமல், மேலோட்டமான அந்த விஷயங்களை அகற்ற நாம் தீர்மானித்தால், நமக்குக் கொடுக்கப்பட்டுள்ள பணியை நம்மால் நிறைவேற்ற முடியும். மதிப்போடும் மரியாதையோடும் வாழ்வதற்கான ஒரே வழி இதுதான்.

மரணத்தின் வாசலை நெருங்கிக் கொண்டிருக்கின்ற ஒரு முதியவர், ஓர் இளைஞனைத் தேடிக் கண்டுபிடித்து, ஒரு போரின்போது தான் தன் உயிரைப் பணயம் வைத்து ஒருவன் தப்பிப்பதற்கு உதவியிருந்தது பற்றிய ஒரு கதையை அவனிடம் கூறுகிறார்.

போரின்போது, அவர் அந்த மனிதனுக்கு உணவும், தங்குவதற்கு இடமும், பாதுகாப்பும் கொடுத்தார். அவர்கள் இருவரும் அதிகப் பாதுகாப்பான ஓர் இடத்தை அடைந்தபோது, அவர் காப்பாற்றியிருந்த மனிதன், எதிரியின் கைகளில் அவரை ஒப்படைத்து அவருக்கு நம்பிக்கைத் துரோகம் இழைத்திருந்தான்.

"பிறகு நீங்கள் எப்படித் தப்பித்தீர்கள்?" என்று அந்த இளைஞன் கேட்கிறான்.

"நான் தப்பிக்கவில்லை. ஏனெனில், அந்த நம்பிக்கைத் துரோகி நான்தான்," என்று அந்த முதியவர் கூறுகிறார். "ஆனால், நான்தான் அந்தத் துணிச்சலான கதாநாயகன் என்பதுபோல அந்தக் கதையைச் சொல்வதன் மூலம், அந்நபர் எனக்குச் செய்திருந்த எல்லாவற்றையும் என்னால் சிறப்பாகப் புரிந்து கொள்ள முடிகிறது."

மக்தூப்

அந்த ஆசான் இவ்வாறு கூறுகிறார்:

அன்பு நம் அனைவருக்கும் தேவை. சாப்பிடுதல், நீர் அருந்துதல், தூங்குதல் ஆகியவற்றைப்போல, அன்பும் மனித இயல்பின் ஒரு பகுதியாகும். பல நேரங்களில், நாம் முற்றிலும் தனியாக ஓர் அழகான சூரிய அஸ்தமனத்தைப் பார்த்துக் கொண்டு உட்கார்ந்திருக்கும்போது, நாம் இவ்வாறு நினைக்கிறோம்:

"இது எதுவுமே முக்கியமல்ல. ஏனெனில், இந்த அழகைப் பகிர்ந்து கொள்வதற்கு எனக்கென்று யாருமில்லை."

அப்படிப்பட்ட நேரங்களில், பின்வரும் கேள்விகளைக் கேட்பது மதிப்பு வாய்ந்ததாக இருக்கும்: இன்னொருவர் என்னிடம் என் அன்பைக் கேட்டபோது எத்தனை முறை நான் அவரைக் கண்டுகொள்ளாமல் இருந்தேன்? எத்தனை முறை நான் ஒருவரை அணுகி அவர்மீதான என்னுடைய காதலை அவரிடம் வெளிப்படையாகச் சொல்ல பயந்தேன்?

தனிமை குறித்து எச்சரிக்கையாக இருங்கள். மிகவும் ஆபத்தான போதைப் பொருட்களைப்போலவே அது ஒருவரை எளிதில் தனக்கு அடிமையாக்கிவிடக்கூடிய ஆற்றல் கொண்டது. சூரிய அஸ்தமனம் இனியும் உங்களுக்கு அர்த்தம் வாய்ந்ததாக இல்லை என்றால், தாழ்மையுடன் அன்பைத் தேடிச் செல்லுங்கள். பிற ஆன்மிக ஆசிர்வாதங்களின் விஷயத்தில் நிகழ்வதைப்போலவே,

கொடுப்பதற்கு நீங்கள் எவ்வளவு அதிகத் தயாராக இருக்கிறீர்களோ, பதிலுக்கு நீங்கள் அவ்வளவு அதிகமாகப் பெறுவீர்கள் என்பதை மறந்துவிடாதீர்கள்.

மக்தூப்

ஸ்பெயினைச் சேர்ந்த ஒரு மதப்பரப்பாளர் ஒரு தீவுக்கு வருகை தந்தபோது, ஆஸ்டெக் குருமார்கள் மூவரை அவர் எதிர்கொண்டார்.

"நீங்கள் எவ்வாறு பிரார்த்திக்கிறீர்கள்?" என்று அந்த மதப்பரப்பாளர் அவர்களிடம் கேட்டார்.

"நாங்கள் ஒரே ஒரு பிரார்த்தனையைத்தான் செய்கிறோம்," என்று அந்த மூன்று குருமார்களில் ஒருவர் கூறினார். " 'கடவுளே, நீவிர் மூவர், நாங்களும் மூவர். எங்கள்மீது இரக்கம் காட்டுங்கள்,' என்று நாங்கள் கூறுகிறோம்."

"கடவுள் செவிசாய்க்கக்கூடிய ஒரு பிரார்த்தனையை நான் இப்போது உங்களுக்குக் கற்றுத் தரப் போகிறேன்," என்று அந்த மதப்பரப்பாளர் கூறினார்.

அவர் ஒரு கத்தோலிக்கப் பிரார்த்தனையை அவர்களுக்குக் கற்றுக் கொடுத்துவிட்டுத் தன் வழியே போய்விட்டார்.

அவர் ஸ்பெயினுக்குத் திரும்புவதற்குச் சில நாட்களுக்கு முன், ஒரு சில ஆண்டுகளுக்கு முன் அவர் கடந்து சென்றிருந்த அதே தீவின் வழியாக அவர் செல்ல வேண்டியிருந்தது.

அவருடைய கப்பல் அத்தீவின் கரையை நெருங்கிக் கொண்டிருந்தபோது, முன்பு அவர் சந்தித்திருந்த அந்த மூன்று குருமார்களும் தண்ணீரின்மீது நடந்து கொண்டிருந்ததை அவர் கண்டார்.

"பாதிரியாரே, பாதிரியாரே," என்று அவர்களில் ஒருவர் அவரை அழைத்தார். "கடவுள் செவிசாய்க்கக்கூடிய பிரார்த்தனை எங்களுக்கு மறந்துவிட்டது. தயவு செய்து அதை மீண்டும் எங்களுக்குக் கற்றுக் கொடுங்கள்."

தன் கண் முன்னே விரிந்து கொண்டிருந்த அதிசயத்தைப் பார்த்த அந்த மதப்பரப்பாளர், "அதை விட்டுத்தள்ளுங்கள்," என்று கூறினார்.

கடவுள் எல்லா மொழிகளும் பேசுகிறார் என்பதைப் புரிந்து கொள்ளத் தான் தவறியிருந்தது குறித்து அவர் கடவுளிடம் மன்னிப்புக் கேட்டார்.

மக்தூப்

சிலுவையின் புனித யோவான் இவ்வாறு போதிக்கிறார்: நம்முடைய ஆன்மிகப் பயணத்தில், இறைவனின் தரிசனங்களை நாம் எதிர்பார்க்கக்கூடாது, நம்முடைய அதே பாதையில் பயணித்துள்ள மற்றவர்களின் வார்த்தைகளைக் கண்மூடித்தனமாகப் பின்பற்றக்கூடாது. இறைநம்பிக்கை மட்டுமே நமக்கான ஆதரவின் ஒரே மூலாதாரமாக இருக்க வேண்டும். ஏனெனில், இறைநம்பிக்கை தெளிவானது, வெளிப்படையானது. அது நமக்குள் பிறக்கிறது. அதை வேறு எதனோடும் போட்டுக் குழப்பிக் கொள்ள முடியாது.

ஓர் எழுத்தாளர் ஒரு பாதிரியாரிடம் பேசிக் கொண்டிருந்தபோது, கடவுளை அனுபவிப்பது என்பதற்கு என்ன பொருள் என்று அவரிடம் கேட்டார்.

"எனக்குத் தெரியாது," என்று அந்தப் பாதிரியார் கூறினார். "இக்கணம்வரை, கடவுளிடம் என்னுடைய சொந்த நம்பிக்கையை மட்டுமே நான் அனுபவித்து வந்துள்ளேன்."

அதுதான் முக்கியம்.

அந்த ஆசான் இவ்வாறு கூறுகிறார்:

மன்னித்தல் ஓர் இருவழிப் பாதை.

நாம் எப்போதெல்லாம் ஒருவரை மன்னிக்கிறோமோ, அப்போதெல்லாம் நம்மையும் நாம் மன்னிக்கிறோம். நாம் மற்றவர்களைப் பொறுத்துக் கொண்டால், நம்முடைய சொந்தக் குறைகளை ஏற்றுக் கொள்வது நமக்கு அதிக எளிதாக இருக்கும். இவ்வழியில், குற்றவுணர்வோ அல்லது வெறுப்போ இன்றி, வாழ்க்கை குறித்த நம்முடைய மனப்போக்கை நம்மால் மேம்படுத்திக் கொள்ள முடியும்.

ஏதோ ஒரு பலவீனமான கணத்தில், வெறுப்பு, பொறாமை, சகிப்புத்தன்மையின்மை போன்றவை நம்மைச் சுற்றிலும் காற்றில் அதிர நாம் அனுமதித்துவிட்டால், அந்த அதிர்வுகள் இறுதியில் நம்மை முற்றிலுமாக ஆட்கொண்டுவிடும்.

இயேசுவிடம் பீட்டர் இவ்வாறு கேட்டார்:

"கர்த்தரே, எனக்கு எதிராகப் பாவம் செய்கின்ற என்னுடைய சகோதரனையோ அல்லது சகோதரியையோ எத்தனை முறை நான் மன்னிக்க வேண்டும்? ஏழு முறை வரையிலா?"

"ஏழு முறை அல்ல, எழுபத்தேழு முறை," என்று இயேசு பதிலளித்தார்.

மன்னித்தல் எனும் செயல் நம் ஆன்மாவைத் தூய்மைப்படுத்துகிறது, தெய்விகத்தின் உண்மையான ஒளியை நமக்குக் காட்டுகிறது.

மக்தூப்

அந்த ஆசான் இவ்வாறு கூறுகிறார்:

பழங்கால ஆசான்கள், தங்களுடைய சீடர்கள் அவர்களுடைய ஆளுமையின் இருண்ட பக்கங்களைக் கையாள அவர்களுக்கு உதவுவதற்காகக் 'கதாபாத்திரங்களை' உருவாக்கினர். அத்தகைய கதாபாத்திரங்களின் படைப்பைப் பற்றிய கதைகள் பின்னாளில் பிரபலமான 'விசித்திரக் கதைகளாக' ஆயின.

அந்த ஆசான்கள் பின்பற்றிய செயல்முறை எளியது: நீங்கள் உங்களுடைய அனைத்துக் கவலைகளையும் பயங்களையும் ஏமாற்றங்களையும், உங்களுடைய இடது பக்கத்தில் நிற்கின்ற, பார்வைக்குப் புலப்படாத ஓர் உயிரினத்திடம் ஒப்படைத்துவிட வேண்டும். அது உங்கள் வாழ்வில் 'வில்லனாக' நடந்து கொள்ளும். நீங்கள் பெற விரும்பாத, ஆனால் இறுதியில் கைவரப் பெறுகின்ற யோசனைகளை அது உங்களுக்குப் பரிந்துரைக்கும். நீங்கள் அத்தகைய ஒரு கதாபாத்திரத்தை உருவாக்கியவுடன், அதன் அறிவுரையைக் கண்டுகொள்ளாமல் விட்டுவிடுவது அதிக எளிதாகிவிடும்.

இது மிகவும் எளியது. அதனால்தான் அது மிகச் சிறப்பாக வேலை செய்கிறது.

“என்னுடைய வாழ்க்கையை எவ்வாறு சிறப்பாக வாழ்வது என்பதை நான் எப்படித் தெரிந்து கொள்வது?” என்று ஒரு சீடன் தன் ஆசானிடம் கேட்டான்.

ஒரு மேசையை உருவாக்கும்படி அந்த ஆசான் அவனிடம் கூறினார். அந்த மேசை கிட்டத்தட்டத் தயாராகியிருந்தபோது – அதில் ஒரு சில கூடுதல் ஆணிகள் பொருத்தப்பட வேண்டியிருந்தது – அந்த ஆசான் அவனிடம் சென்றார்.

அவன் ஒவ்வோர் ஆணியின்மீதும் மூன்று முறை துல்லியமாக அடித்து அவற்றைப் பொருத்திக் கொண்டிருந்தான்.

ஆனால், ஒரே ஓர் ஆணி மட்டும் அவ்வளவு எளிதாக அந்த மரக்கட்டைக்குள் இறங்கவில்லை. அவன் அதன்மீது கூடுதலாக ஒரு முறை அடிக்க வேண்டியிருந்தது. அந்த நான்காவது அடி அந்த ஆணியை மிக ஆழமாக உள்ளே தள்ளியதால், அந்த மரக்கட்டை இரண்டாகப் பிளந்தது.

“உன்னுடைய கை அந்த ஆணியின்மீது மூன்று முறை மட்டுமே அடிக்கப் பழக்கப்பட்டுள்ளது,” என்று அந்த ஆசான் கூறினார். “எந்தவொரு நடவடிக்கையும் பழக்கத்தால் ஆட்டுவிக்கப்படும்போது, அது அதன் அர்த்தத்தை இழப்பதோடு, தீங்கிழைக்கவும் கூடும்.

மக்தூப்

“ஒரு நடவடிக்கை ஒரு வெறும் நடவடிக்கை மட்டுமே. மேலும், ஒரே ஒரு இரகசியம்தான் உள்ளது: பழக்கம் உன்னுடைய இயக்கங்களைக் கட்டுப்படுத்த ஒருபோதும் அனுமதிக்காதே.”

ஸ்பெயினில் உள்ள சோரியா நகருக்கு அருகே அமைந்துள்ள ஒரு குகையில், பண்டைய துறவிகள் வாழ்ந்த ஒரு குடில் இருக்கிறது. அதில் இப்போது ஒரு சில ஆண்டுகளாக ஒருவர் வாழ்ந்து வந்துள்ளார். தியானத்திற்குத் தன்னை அர்ப்பணித்துக் கொள்வதற்காக அவர் அனைத்தையும் துறந்திருந்தார். இலையுதிர்காலத்தில் ஒரு நண்பகல் நேரத்தில், அந்தப் பயணி அவரைப் பார்க்கச் செல்கிறார். அந்நபர் அந்தப் பயணியை மிகுந்த அன்போடு வரவேற்கிறார்.

சிறிதளவு ரொட்டியை அவர் அந்தப் பயணியுடன் பகிர்ந்து கொண்டுவிட்டு, ஒரு சில காளான்களைப் பிடுங்கியெடுத்து வருவதற்காக, அருகிலுள்ள ஒரு நீரோடைக்குத் தன்னுடன் வரும்படி அவரை அழைக்கிறார்.

அங்குச் செல்லும் வழியில், ஓர் இளைஞன் அந்நபரை அணுகுகிறான்.

"புனிதத் தந்தையே, ஞானோதயம் அடைவதற்கு நாம் இறைச்சி உண்ணக்கூடாது என்று யாரோ சொல்லி நான் கேள்விப்பட்டிருக்கிறேன். அது உண்மையா?" என்று அவன் கேட்கிறான்.

"வாழ்க்கை உனக்கு வழங்குகின்ற எல்லாவற்றையும் மகிழ்ச்சியாக ஏற்றுக் கொள். அவ்விதத்தில், உன் ஆன்மாவுக்கு எதிராக நீ எந்தவொரு பாவமும் செய்ய மாட்டாய், பூமியின் பெருந்தன்மையையும் நீ அவமதிக்க மாட்டாய்," என்று அந்நபர் கூறுகிறார்.

மக்தூப்

அந்த ஆசான் இவ்வாறு கூறுகிறார்:

பயணம் மிகக் கடினமாக இருந்தால், உங்கள் இதயம் சொல்வதைச் செவிமடுக்கத் தவறாதீர்கள். முடிந்த அளவு உங்களிடம் நேர்மையாக நடந்து கொள்ளுங்கள். நீங்கள் உண்மையிலேயே உங்களுடைய பாதையைப் பின்பற்றிச் சென்று கொண்டிருக்கிறீர்களா, உங்கள் கனவுகளுக்கான விலையைக் கொடுத்துக் கொண்டிருக்கிறீர்களா என்று பாருங்கள்.

நீங்கள் இதைச் செய்தும்கூட உங்கள் வாழ்க்கை தொடர்ந்து கடினமாக இருந்தால், நீங்கள் குறை கூறியாக வேண்டிய ஒரு தருணம் வரும். ஒரு குழந்தை எவ்வாறு மரியாதையாகத் தன் தந்தையிடம் குறை கூறுமோ, நீங்களும் அதேபோலக் குறை கூறுங்கள். ஆனால், சிறிது கூடுதல் பராமரிப்பும் உதவியும் கேளுங்கள். கடவுள் தந்தையாகவும் தாயாகவும் இருக்கிறார். பெற்றோர் எப்போதுமே தங்கள் குழந்தைகளுக்கு மிகச் சிறந்ததையே விரும்புகின்றனர். ஒருவேளை, நீங்கள் கடினமாகப் படிப்பதற்கு அவர்கள் உங்களை வற்புறுத்தக்கூடும். அவர்கள் அப்படிச் செய்தால், அவர்களிடம் ஒரு சிறு இடைவேளையையும் சிறிதளவு பாசத்தையும் கேட்பதில் எந்தத் தவறும் இல்லை.

ஆனால், எல்லை மீறிப் போய்விடாதீர்கள். யோபு சரியான நேரத்தில் குறை கூறினார், அவருடைய பொருட்கள்

அனைத்தும் அவரிடம் திருப்பிக் கொடுக்கப்பட்டன. அல் அஃபித் எல்லாவற்றைக் குறித்தும் குறை கூறினார். கடவுள் அவருடைய புலம்பலைக் கேட்பதை நிறுத்திவிட்டார்.

ஸ்பெயினிலுள்ள வேலன்சியா நகரத்தில் நடைபெறுகின்ற ஒரு விருந்துக் கொண்டாட்டத்தில் ஒரு விநோதமான சடங்கு கடைபிடிக்கப்படுகிறது. அது பண்டைய தச்சர்களிடமிருந்து வந்த ஒரு சடங்கு.

கைவினைஞர்களும் கலைஞர்களும் ஆண்டு முழுவதும் வேலை செய்து, பெரிய மரச் சிற்பங்களை உருவாக்குகின்றனர். விருந்துக் கொண்டாட்ட வாரத்தின்போது, அவர்கள் அந்தச் சிற்பங்களை மையச் சதுக்கத்திற்குச் சுமந்து செல்கின்றனர். வழியில் மக்கள் சற்று நின்று நிதானித்து அந்தச் சிற்பங்களைப் பற்றிக் கருத்துக் கூறுகின்றனர், அவற்றைக் குறித்து வியக்கின்றனர், அத்தகைய படைப்பாற்றலால் மனம் நெகிழ்கின்றனர். பிறகு, புனித ஜோசப் நாளன்று, ஒரே ஒரு சிற்பத்தைத் தவிர மற்ற அனைத்துச் சிற்பங்களும் ஆயிரக்கணக்கான பார்வையாளர்கள் முன்னிலையில் ஒரு பெரிய சொக்கப்பனையில் போட்டு எரிக்கப்படுகின்றன.

ஒரு முறை, அந்தக் கொண்டாட்டத்தின்போது, அந்தச் சொக்கப்பனையிலிருந்து எழுந்த நெருப்புச் சுவாலைகள் விண்ணை நோக்கி உயர்ந்தபோது, அதைப் பார்த்துக் கொண்டிருந்த ஓர் ஆங்கிலேயப் பெண், "இதுதான் முடிவென்றால், எதற்காக வீணான கடின உழைப்பு?" என்று கேட்டார்.

"நீங்களும் ஒரு நாள் இறப்பீர்கள். அக்கணத்தில், ஏதோ ஒரு தேவதூதர், கடவுளிடம், 'இதுதான் முடிவென்றால்,

எதற்காக வீணான கடின உழைப்பு?' என்று கேட்பதாகக் கற்பனை செய்து பாருங்கள்," என்று உள்ளூர்வாசி ஒருவர் கூறினார்.

மக்தூப்

மதப்பற்றும் இறைநம்பிக்கையும் கொண்ட ஒருவர் திடீரென்று தன்னிடமிருந்து அனைத்துச் சொத்துகளும் பறிக்கப்பட்டிருந்ததைக் கண்டார். என்ன ஆனாலும் கடவுள் தனக்கு உதவுவார் என்ற அறிதலோடு அவர் பிரார்த்தனை செய்யத் தொடங்கினார்:

"இறைவா, லாட்டரியில் எனக்குப் பரிசு கிடைக்கச் செய்."

அவர் அதே பிரார்த்தனையை ஆண்டுக்கணக்கில் மீண்டும் மீண்டும் செய்தார். ஆனாலும் அவர் தொடர்ந்து வறுமையிலேயே வாழ்ந்தார்.

இறுதியில் அவருடைய மரண நாள் வந்தது. அவர் இன்னமும் மிகுந்த மதப்பற்று கொண்ட ஒருவராகவே இருந்ததால், அவர் நேராக சொர்க்கத்திற்குப் போய்விட்டார்.

அவர் சொர்க்கத்தை அடைந்தபோது, உள்ளே நுழைய அவர் மறுத்துவிட்டார். தனக்குக் கற்றுக் கொடுக்கப்பட்டிருந்த மதக் கொள்கைகளின்படி தான் தன்னுடைய ஒட்டுமொத்த வாழ்க்கையை வாழ்ந்திருந்தபோதிலும், தான் லாட்டரியில் பரிசு வெல்வதற்குக் கடவுள் தனக்கு ஒருபோதும் அருளவில்லை என்று அவர் குறை கூறினார்.

"கடவுளின் வாக்குறுதிகள் அனைத்தும் பொய்களே அன்றி வேறெதுவும் இல்லை," என்று அந்நபர் கோபமாகக் கூறினார்.

“நீ வெற்றி பெற உனக்கு உதவுவதற்கு நான் எப்போதும் தயாராக இருந்தேன். ஆனால், நீ ஒருபோதும் ஒரே ஒரு லாட்டரிச் சீட்டுகூட வாங்கவில்லை,” என்று கடவுள் கூறினார்.

மக்தூப்

அறிவார்ந்த, வயது முதிர்ந்த சீனர் ஒருவர், பனி படர்ந்த ஒரு திடலின் குறுக்கே நடந்து சென்று கொண்டிருந்தபோது, அழுது கொண்டிருந்த ஒரு பெண்ணை அவர் எதிர்கொண்டார்.

"நீ ஏன் அழுது கொண்டிருக்கிறாய்?" என்று அவர் கேட்டார்.

"ஏனெனில், என்னுடைய கடந்தகாலமும், என் இளமையும், கண்ணாடியில் பிரதிபலித்த என்னுடைய அழகான முகமும், நான் நேசித்த ஆண்களும் மீண்டும் மீண்டும் என் நினைவுக்கு வருகின்றனர். கடவுள் கொடூரமானவர். ஏனெனில், அவர் எனக்கு ஓர் அற்புதமான நினைவாற்றலைக் கொடுத்திருக்கிறார். என் வாழ்வின் வசந்தகாலத்தை நான் நினைவுகூர்ந்து அழுவேன் என்பதை அவர் அறிவார்."

அந்த முதியவர், பனி மூடிய அந்தத் திடலைப் பார்த்து ஏதோ சிந்தித்தபடி நின்றார். அவருடைய பார்வை ஒரு குறிப்பிட்டப் புள்ளியின்மீது நிலைத்திருந்தது. இறுதியில் அந்தப் பெண் தன் அழுகையை நிறுத்திவிட்டு, "நீங்கள் என்ன பார்த்துக் கொண்டிருக்கிறீர்கள்?" என்று கேட்டாள்.

"ஒரு ரோஜா திடலைப் பார்க்கிறேன். கடவுள் எனக்கும் ஓர் அற்புதமான நினைவாற்றலைக் கொடுத்திருக்கிறார். குளிர்காலத்தின்போது என்னால் எப்போதும் வசந்தகாலத்தை நினைத்துப் பார்த்துப் புன்னகைக்க முடியும் என்பதை அவர் அறிவார்."

அந்த ஆசான் இவ்வாறு கூறுகிறார்:

ஒருவருடைய 'தனிப்பட்டக் கனவைப்' பின்தொடர்வது நாம் நினைக்கும் அளவுக்கு எளிதானதல்ல. மாறாக, அவ்வாறு செய்வது ஆபத்துகளை வரவழைக்கக்கூடும்.

நாம் ஏதோ ஒன்றை விரும்பும்போது, மிகவும் சக்திவாய்ந்த சில ஆற்றல்களை நாம் முடுக்கிவிடுகிறோம். அப்போது, நம் வாழ்வின் உண்மையான அர்த்தத்தை நம்மிடமிருந்து இனியும் நம்மால் மறைக்க முடியாமல் போகிறது.

நாம் ஏதோ ஒன்றை விரும்பும்போது, அதற்கு நாம் கொடுக்க வேண்டிய விலையை நாம் தேர்ந்தெடுக்கிறோம்.

ஒரு கனவைப் பின்தொடர்ந்து செல்வதற்கு அதற்குரிய ஒரு விலை இருக்கிறது. நாம் நம்முடைய பழைய பழக்கங்களைக் கைவிட வேண்டியிருக்கக்கூடும்; அது நமக்குச் சிரமங்களையும் ஏமாற்றங்களையும் கொண்டுவரக்கூடும்.

இருப்பினும், விலை எவ்வளவு அதிகமாக இருந்தாலும், தன்னுடைய தனிப்பட்டக் கனவைப் பின்தொடராத ஒருவர் கொடுக்கின்ற விலையைவிட அது ஒருபோதும் அதிகமாக இருப்பதில்லை. ஏனெனில், அந்நபர், பின்னர் ஒரு நாள் தன் வாழ்க்கையைத் திரும்பிப் பார்த்து, தான் செய்த எல்லாவற்றையும் தன் மனக்கண்ணில் பார்த்துவிட்டு, தன்னுடைய சொந்த இதயம், "நான் என் வாழ்க்கையை வீணாக்கிவிட்டேன்!" என்று புலம்புவதைக் கேட்பார்.

மக்தூப்

அந்த வார்த்தைகள், ஒருவர் செவிமடுக்கக்கூடிய மிகக் கொடூரமான வார்த்தைகளாகும்.

கார்லோஸ் காஸ்டனேடா தன்னுடைய புத்தகங்களில் ஒன்றில், தன் வாழ்வில் நிகழ்ந்த ஒரு சம்பவத்தைக் குறிப்பிட்டுள்ளார். ஒரு நாள், அவர் தன் இடுப்பில் அணிந்திருந்த பெல்ட்டை வேறு விதமாக அணியும்படி அவருடைய ஆசிரியர் அவரிடம் கூறினார். கார்லோஸ் அவர் கூறியபடியே செய்தார். மிகவும் சக்திவாய்ந்த ஒரு கற்றல் கருவி தனக்குக் கொடுக்கப்பட்டிருந்ததாக அவர் உறுதியாக நம்பினார்.

பல மாதங்களுக்குப் பிறகு, அந்த மாயாஜாலமான வழக்கத்தால், முன்னைவிட அதிக வேகமாகத் தான் கற்றுக் கொண்டிருந்ததாகக் கார்லோஸ் அந்த ஆசிரியரிடம் கூறினார்.

“என்னுடைய பெல்ட்டை வேறு விதமாக அணிவதன் மூலம், எதிர்மறை ஆற்றலை நேர்மறையானதாக நான் மாற்றியுள்ளேன்,” என்று கார்லோஸ் கூறினார்.

அதைக் கேட்டுவிட்டு அந்த ஆசிரியர் உரக்கச் சிரித்தார்.

“ஒரு பெல்ட்டால் ஆற்றலை மாற்ற முடியாது! பெல்ட்டை வேறு விதமாக அணியும்படி நான் உன்னிடம் கூறியதற்குக் காரணம், நீ உன் கால்சட்டையை அணியும்போதெல்லாம், நீ ஒரு மந்திரவாதியிடம் பயிற்சி பெறுகின்ற ஒரு பயிற்சியாளன் என்பதை அது உனக்கு நினைவுபடுத்தும் என்பதுதான். அந்த விழிப்புணர்வுதான் நீ வளர உதவியதே அன்றி, உன்னுடைய பெல்ட் அல்ல.”

மக்தூப்

ஓர் ஆசானுக்கு நூற்றுக்கணக்கான சீடர்கள் இருந்தனர். அவர்களில் ஒருவனைத் தவிர மற்ற அனைவரும் சரியான நேரத்தில் பிரார்த்தனை செய்தனர். அந்த ஒருவன் எப்போதும் குடிபோதையில் இருந்தான்.

அந்த ஆசான் இவ்வுலகைவிட்டுப் பிரியவிருந்த நாளன்று, அந்தக் குடிகாரனை அழைத்து, மறைத்து வைக்கப்பட்டிருந்த அனைத்து இரகசியங்களையும் அவனிடம் வெளிப்படுத்தினார்.

இதைக் கண்டு பிற சீடர்கள் வெகுண்டனர்.

"இது அவமானகரமானது! எங்களுடைய பண்புநலன்களைப் பார்க்கத் திறனற்ற ஓர் ஆசானுக்கு இத்தனை நாட்களாக நாங்கள் எங்களைத் தியாகம் செய்துள்ளோம்," என்று அவர்கள் கூப்பாடு போட்டனர்.

அதற்கு அந்த ஆசான் இவ்வாறு கூறினார்:

"நான் நன்றாக அறிந்துள்ள ஒருவனுக்கு நான் அந்த இரகசியங்களைக் கடத்தியாக வேண்டியிருந்தது. வெளிப் பார்வைக்கு ஒழுக்கசீலர்களாகத் தோன்றுபவர்கள், வழக்கமாகத் தங்களுடைய பகட்டையும் தற்செருக்கையும் சகியாமையையும் உள்ளூர மறைத்துக் கொண்டிருக்கின்றனர். அதனால்தான், குடிபோதை என்ற தன்னுடைய குறைபாட்டை வெளிப்படையாகக் காட்டித் திரிந்த சீடனை நான் தேர்ந்தெடுத்தேன்."

பாலோ கொயலோ

சிஸ்டர்சியத் துறவியான மார்கோஸ் கார்சியாவின் போதனைகளிலிருந்து:

"கடவுள் சில நேரங்களில் ஒரு குறிப்பிட்ட ஆசிர்வாதத்தைத் திரும்பப் பெற்றுக் கொள்கிறார். ஏனெனில், தன்னை வெறுமனே உதவிகளை வழங்குகின்ற மற்றும் கோரிக்கைகளை நிறைவேற்றுகின்ற ஒருவராகப் பார்ப்பதை விடுத்து, அதற்கு மேலான ஒருவராக மக்கள் பார்க்க வேண்டும் என்று அவர் விரும்புகிறார். ஓர் ஆன்மாவைச் சோதிப்பதில் எந்த எல்லைவரை தான் போகலாம் என்பதை அவர் அறிந்துள்ளார். அவர் அந்த எல்லையை ஒருபோதும் மீறுவதில்லை.

"அத்தகைய தருணங்களில், 'கடவுள் என்னைக் கைவிட்டுவிட்டார்,' என்று நாம் ஒருபோதும் கூறக்கூடாது. அவர் நம்மை ஒருபோதும் கைவிடுவதில்லை. நாம்தான் சில நேரங்களில் அவரைக் கைவிடுகிறோம். கடவுள் நம்மை ஒரு பெரும் சோதனைக்கு உட்படுத்தினால், அதைத் தாக்குப்பிடித்து அதிலிருந்து மீள்வதற்குத் தேவையான பண்புநலன்களை – இன்னும் சொல்லப் போனால், தேவைக்கும் அதிகமான பண்புநலன்களை – அவர் எப்போதும் நமக்குக் கொடுக்கிறார்.

"நாம் அவருடைய முகத்திலிருந்து வெகுதூரம் தள்ளி இருப்பது போன்ற உணர்வு நமக்கு ஏற்பட்டால், 'கடவுள்

மக்தூப்

நம் பாதையில் வைத்துள்ளவற்றை நாம் ஆகச் சிறந்த விதத்தில் பயன்படுத்திக் கொண்டிருக்கிறோமா?' என்று நம்மை நாமே கேட்டுக் கொள்ள வேண்டும்."

சில நேரங்களில், நாட்கணக்கில் அல்லது வாரக்கணக்கில், நம்முடைய சக மனிதர்களின் அன்பை அனுபவிக்காமலேயே நாம் நம் வாழ்க்கையைக் கழிக்கிறோம். அந்தக் கடினமான நேரங்களில், மனித அரவணைப்பு மறைந்து போகும்போது, வாழ்க்கை வெறுமனே உயிர்பிழைத்திருப்பதைப் பற்றியதாக ஆகிவிடுகிறது.

அந்த ஆசான் இவ்வாறு கூறுகிறார்:

நாம் நம்முடைய சொந்த நெருப்பைப் பார்க்க வேண்டும். நாம் அந்தச் சொக்கப்பனையில் அதிகமான மரக்கட்டைகளைப் போட்டு, ஓர் இருண்ட அறையாக மாறிப் போயுள்ள நம்முடைய வாழ்க்கைக்கு வெளிச்சத்தைக் கொண்டுவர முயற்சிக்க வேண்டும். நம்முடைய நெருப்பு பட்பட்டென்று வெடிப்பதையும், மரக்கட்டைகள் உடைவதையும், அந்த நெருப்புச் சுவாலைகள் கூறுகின்ற பல கதைகளையும் நாம் கேட்கும்போது, நம்பிக்கை நம்மிடம் திருப்பிக் கொடுக்கப்படும்.

நாம் அன்பு செலுத்தும் திறனற்றவர்களாக இருந்தால், அன்பு செலுத்தப்படுவதற்கான திறனற்றவர்களாகவும் நாம் இருப்போம். இது வெறுமனே நேரத்தைப் பற்றிய ஒரு விஷயமாகும்.

இரவு உணவு நேரத்தின்போது, யாரோ ஒருவர் ஒரு கண்ணாடி டம்ளரை உடைத்துவிட்டார்.

"அது நல்லதிர்ஷ்டத்திற்கான ஓர் அறிகுறி," என்று அந்த விருந்தாளி கூறினார்.

அங்கிருந்த எல்லோரும் அந்தப் பாரம்பரியத்தை அறிந்திருந்தனர்.

"அது ஏன் நல்லதிர்ஷ்டத்தின் ஓர் அறிகுறியாக இருக்கிறது?" என்று அக்குழுவில் இருந்த ஒரு யூத மதகுரு கேட்டார்.

"எனக்குத் தெரியாது. ஒருவேளை, இது விருந்தாளியை சௌகரியமாக உணரச் செய்வதற்கான ஒரு பழைய வழியாக இருக்கக்கூடும்," என்று அந்தப் பயணியின் மனைவி கூறினார்.

"இல்லை, அது சரியான விளக்கமல்ல," என்று அந்த யூத மதகுரு கூறினார். "சில குறிப்பிட்ட யூத மரபுகளின்படி, நம் ஒவ்வொருவருக்கும் ஒரு குறிப்பிட்ட அளவு அதிர்ஷ்டம் கொடுக்கப்பட்டுள்ளது; அதை நாம் நம் வாழ்நாள் நெடுகிலும் பயன்படுத்துகிறோம். அந்த அதிர்ஷ்டத்தை நமக்கு உண்மையிலேயே தேவையானவற்றின்மீது நாம் பயன்படுத்தினால், அதிலிருந்து நம்மால் வட்டி ஈட்ட முடியும், அல்லது அதை நாம் வெறுமனே விரயம் செய்துவிடலாம்.

"யூதர்களாகிய நாங்களும், யாரேனும் ஒரு கண்ணாடிக் கோப்பையை உடைக்கும்போது 'நல்லதிர்ஷ்டம்

உண்டாகட்டும்' என்று கூறுகிறோம். ஆனால், இதற்கான பொருள் என்னவென்றால், கண்ணாடிக் கோப்பை உடைபடுவதைத் தவிர்க்க முயற்சிப்பதன் மூலம் நீங்கள் உங்களுடைய அதிர்ஷ்டத்தை விரயமாக்கவில்லை; எனவே, அதிக முக்கியமான விஷயங்கள்மீது பயன்படுத்துவதற்கு உங்களிடம் அதிர்ஷ்டம் இன்னும் இருக்கிறது."

ஸ்கெட்டிஸ் மடத்திற்கு அருகே வாழ்ந்த ஒரு துறவி, ஒரு மகான் என்ற பெரும் பெயரைச் சம்பாதித்திருந்தார் என்பதை மடாதிபதி ஆபிரகாம் அறிந்திருந்தார்.

அவர் அந்தத் துறவியிடம் சென்று இவ்வாறு கேட்டார்:

"இன்று உங்கள் படுக்கையில் ஓர் அழகான பெண்ணை நீங்கள் கண்டால், அவள் ஒரு பெண் அல்லள் என்று உங்களால் நினைக்க முடியுமா?"

"இல்லை, ஆனால் என்னால் என்னைக் கட்டுப்படுத்திக் கொள்ள முடியும்," என்று அத்துறவி கூறினார்.

அந்த மடாதிபதி அவரை விடுவதாக இல்லை:

"பாலைவனத்தில் நீங்கள் பொற்காசுகளைக் கண்டால், அவற்றை வெறும் கற்களாக உங்களால் பார்க்க முடியுமா?"

"இல்லை, ஆனால் அவற்றை எடுத்துக் கொள்வதிலிருந்து என்னை என்னால் தடுக்க முடியும்," என்று அத்துறவி கூறினார்.

பிறகு அந்த மடாதிபதி இவ்வாறு கேட்டார்:

"இரண்டு சகோதரர்கள் உங்களிடம் வருகிறார்கள் என்று வைத்துக் கொள்வோம். அவர்களில் ஒருவர் உங்களை வெறுக்கிறார், மற்றொருவர் உங்களை நேசிக்கிறார். அவர்கள் இருவரையும் உங்களால் சமமாக நடத்த முடியுமா?"

அத்துறவி இவ்வாறு பதிலளித்தார்:

“எவ்வளவு வேதனையூட்டுவதாக இருந்தாலும், என்னை வெறுத்தவரை நான் நடத்துகின்ற அதே விதத்தில் என்னை நேசித்தவரை நான் நடத்துவேன்.”

அந்த மடாதிபதி தன்னுடைய மடத்திற்குத் திரும்பிச் சென்றபோது, தன்னுடைய புதிய துறவிகளிடம் இவ்வாறு கூறினார்:

“ஒரு மகானாக இருப்பது என்றால் என்ன என்பதை நான் உங்களுக்கு விளக்கப் போகிறேன். ஒரு மகான் என்பவர் தன்னுடைய உணர்ச்சிகளை வேரறுப்பதற்குப் பதிலாக, அவற்றை அடக்கி ஆள்கிறார்.”

மக்தூப்

மேற்கத்திய அமெரிக்காமீதான படையெடுப்பைப் பற்றி எழுதுவதில் டபிள்யூ. ஃபிரேசியர் தன் ஒட்டுமொத்த வாழ்க்கையைச் செலவிட்டார். கேரி கூப்பர் நடித்த ஒரு திரைப்படத்திற்கான வசனத்தைத் தான் எழுதியிருந்ததைத் தன்னுடைய தன்விபரக் குறிப்பில் சேர்த்துக் கொள்ள முடிந்தது குறித்தப் பெருமிதத்துடன், தனக்கு அரிதாகவே சலிப்பு ஏற்பட்டதாக அவர் கூறினார்.

"அமெரிக்க முன்னோடிகளிடமிருந்து நான் ஏராளமான விஷயங்களைக் கற்றுக் கொண்டேன். அவர்கள் செவ்விந்தியர்களுடன் சண்டையிட்டனர், பாலைவனங்களைக் கடந்தனர், தொலைதூரப் பகுதிகளில் உணவும் நீரும் தேடிச் சென்றனர். தற்கால ஆவணப் பதிவுகள் ஒரு சுவாரசியமான பண்புநலனைக் காட்டுகின்றன: அந்த முன்னோடிகள் நல்ல விஷயங்களைப் பற்றியே பேசவும் எழுதவும் செய்தனர். குறை கூறுவதற்குப் பதிலாக, தாங்கள் எதிர்கொண்ட சிரமங்களைப் பற்றி அவர்கள் பாடல்களை இயற்றினர், அவை குறித்து நகைச்சுவையாகப் பேசிக் கொண்டனர். இவ்வழியில்தான், விரக்தியும் மனச்சோர்வும் தங்களை அண்டாமல் அவர்கள் பார்த்துக் கொண்டனர். இன்று, என்னுடைய எண்பத்தெட்டாவது வயதில், நானும் அதைச் செய்யவே முயற்சிக்கிறேன்."

பின்வரும் உரை, ஜான் மியூவரின் வார்த்தைகளிலிருந்து எடுத்தாளப்பட்டுள்ளது:

நான் என்னுடைய ஆன்மாவைச் சுதந்திரமாக விட்டுவிட விரும்புகிறேன். ஏனெனில், ஆன்மாக்களுக்குப் பொதுவாக வழங்கப்படுகின்ற அனைத்துப் பண்புக்கூறுகளும் அதற்கு வழங்கப்பட நான் விரும்புகிறேன்.

அத்தகைய ஒரு விஷயம் சாத்தியப்பட்டால், நிலவிலுள்ள நிலக்குழிகளைப் பார்க்கப் போகவோ, அல்லது சூரியக் கதிர்களின் மூலாதாரத்தைத் தேடி அவற்றைப் பின்தொடரவோ நான் முயற்சிக்க மாட்டேன். நட்சத்திரங்களின் அழகையோ அல்லது மனிதர்களின் செயற்கையான மகிழ்ச்சியின்மையையோ புரிந்து கொள்ள நான் முயற்சிக்க மாட்டேன்.

என் ஆன்மாவை எவ்வாறு விடுவிப்பது என்பதை நான் கற்றுக் கொண்ட பிறகு, விடியல் வெளிச்சத்தை நான் பின்தொடர்வேன், பிறகு காலத்தின் ஊடாக மீண்டும் பின்னோக்கி அதைப் பின்தொடர்வேன்.

என் ஆன்மாவை எவ்வாறு விடுவிப்பது என்பதை நான் கற்றுக் கொண்ட பிறகு, அனைத்து நீரும் ஒன்றுகலந்து உலகின் ஆன்மாவாக மாறுகின்ற இடமான பெருங்கடலுக்குள் பாய்கின்ற காந்த ஓட்டங்களுக்குள் நான் மூழ்குவேன்.

மக்தூப்

என் ஆன்மாவை எவ்வாறு விடுவிப்பது என்பதை நான் கற்றுக் கொண்ட பிறகு, படைப்பின் ஒட்டுமொத்தப் பக்கங்களைத் தொடக்கத்திலிருந்து படிக்க நான் முயற்சிப்பேன்.

கிறித்தவத்தின் புனிதச் சின்னங்களில் ஒன்று கூழைக்கடா பறவையின் உருவம். அதற்கான விளக்கம் எளியது: வேறு எந்த உணவும் இல்லாதபோது, தாய் கூழைக்கடா தன்னுடைய சொந்த மார்பகத்தைக் குத்தி, தன்னுடைய குருதியையும் சதையையும் தன் குஞ்சுகளுக்கு ஊட்டும் என்று கூறப்படுகிறது.

அந்த ஆசான் இவ்வாறு கூறுகிறார்:

பெரும்பாலான நேரங்களில், நாம் பெறுகின்ற ஆசிர்வாதங்களைப் புரிந்து கொள்ளும் திறனற்றவர்களாக நாம் இருக்கிறோம். நாம் அன்மிகரீதியான ஊட்டம் பெறுவதற்குக் கடவுள் செய்கின்ற அனைத்தையும் நாம் பல நேரங்களில் புரிந்து கொள்வதில்லை.

இப்படி ஒரு கதை கூறப்படுகிறது: மிகக் கடுமையான ஒரு குளிர்காலத்தின்போது, ஒரு கூழைக்கடா, தன்னையே தியாகம் செய்து தன்னுடைய சொந்தச் சதையைத் தன் குஞ்சுகளுக்கு ஊட்டி அவற்றைப் பாதுகாத்தது. ஆனால், ஒரு சில நாட்களுக்கு மட்டுமே அது அதற்குச் சாத்தியப்பட்டது. ஏனெனில், அதற்கு எந்த ஊட்டச்சத்தும் கிடைக்காததால் அது இறந்து போயிற்று. அப்போது, ஒரு குஞ்சு மற்றொன்றிடம் இவ்வாறு கூறியது:

“அப்பாடா! ஒவ்வொரு நாளும் அதே உணவைத் தின்று நான் அலுத்துப் போயிருந்தேன்.”

மக்தூப்

ஏதோ ஒன்றைக் குறித்து நீங்கள் மனநிறைவின்றி இருந்தால், இக்கணமே அதை நிறுத்துங்கள். நீங்கள் அதில் திறமை வாய்ந்தவராக இருந்து, அதில் வெற்றி பெற விரும்பியிருக்கக்கூடும், ஆனால் இதுவரை அதில் தோல்வியையே தழுவி வந்திருக்கிறீர்கள்.

விஷயங்கள் சரியாகப் போய்க் கொண்டிருக்கவில்லை என்றால், இரண்டு விதமான விளக்கங்கள் மட்டுமே இருக்கின்றன: ஒன்று, உங்களுடைய தாங்குதிறன் சோதிக்கப்பட்டுக் கொண்டிருக்கிறது, அல்லது நீங்கள் உங்கள் திசையை மாற்றியாக வேண்டும். இவை இரண்டும் எதிரெதிர் நிலைகளைப் பிரதிநுதப்படுத்துகின்றன.

இவற்றில் எது சரியானது என்பதைக் கண்டுபிடிப்பதற்கு, அமைதியிலும் பிரார்த்தனையிலும் அடைக்கலம் தேடுங்கள். படிப்படியாக, ஒரு மர்மமான வழியில் விஷயங்கள் தெளிவடையத் தொடங்கும். இறுதியில், ஒரு தேர்ந்தெடுப்பை மேற்கொள்ளப் போதுமான வலிமையை நீங்கள் பெறுவீர்கள்.

நீங்கள் ஒரு முடிவுக்கு வந்த பிறகு, அந்த மற்றொரு தெரிவை மறந்துவிட்டு, முன்னோக்கிச் செல்லுங்கள். ஏனெனில், கடவுள் வலிமையானவர்களின் கடவுளாவார்.

பிரேசிலிய எழுத்தாளர் ஃபெர்னான்டோ சபீனோவின் தந்தை டொமிங்கோஸ் சபினோ தன் மகனிடம் அடிக்கடி இவ்வாறு கூறினார்:

“இறுதியில் எல்லாம் நல்லபடியாகவே முடியும். விஷயங்கள் சிறப்பாக நடைபெற்றுக் கொண்டிருக்கவில்லை என்றால், நீ இன்னும் முடிவை அடைந்திருக்கவில்லை என்பதுதான் அதற்குக் காரணம்.”

மக்தூப்

நெல்சன் மோட்டா என்ற இசையமைப்பாளர், பிரேசிலிலுள்ள பாகியா மாநிலத்திற்கு வருகை தந்தபோது, மே மெனினின்ஹா தோ காந்தோயிஸ் என்ற ஆன்மிகத் தலைவரைச் சந்திப்பதென்று தீர்மானித்தார். அவர் ஒரு வாடகைக் காரில் பயணித்துக் கொண்டிருந்தபோது, வழியில் அந்தக் காரின் பிரேக்குகள் வேலை செய்யாமல் போனதால், அந்த விரைவுச் சாலையின் நடுவே அது கட்டுப்பாடிழந்து தாறுமாறாகச் சென்றது. நெல்சனும் அந்தக் காரின் ஓட்டுநரும் இதனால் கடும் அதிர்ச்சியடைந்தபோதிலும், அவர்களுக்கு எந்த பாதிப்பும் ஏற்படவில்லை.

நெல்சன் அந்த ஆன்மிகத் தலைவரைச் சந்தித்தபோது, உடனே அந்த விபத்தைப் பற்றி அவரிடம் கூறினார். அதற்கு மே மெனின்ஹா இவ்வாறு கூறினார்:

“நம்முடைய விதியில் சில விஷயங்கள் எழுதப்பட்டுள்ளன, ஆனால் கடவுள் எப்படியோ நம்மை அவற்றிலிருந்து பாதுகாப்பாக வழிநடத்திக் கரை சேர்த்துவிடுகிறார். உங்கள் வாழ்வின் இந்தக் கட்டத்தில் ஒரு கார் விபத்து உங்கள் விதியில் இருந்தது, ஆனால் நீங்கள் பார்ப்பதுபோல, எல்லாம் நிகழ்ந்தது, அதே நேரத்தில், எதுவுமே நிகழவில்லை.”

“கமினோ டி சான்டியாகோவைப் பற்றி நீங்கள் கூறியதில் ஏதோ ஒன்று விடுபட்டுப் போயிருந்தது,” என்று ஒரு புனித யாத்திரீகர் அந்தப் பயணியிடம் கூறினார். “கமினோ டி சான்டியாகோவிலும் சரி, அல்லது வாழ்க்கைப் பாதையிலும் சரி, பெரும்பாலான புனித யாத்திரீகர்கள், மற்றவர்களின் வேகத்திற்கு ஈடுகொடுக்க எப்போதும் முயற்சிக்கின்றனர்.

“என்னுடைய புனிதப் பயணத்தின் தொடக்கத்தில், நான் என்னுடைய குழுவினரின் வேகத்திற்கு ஈடுகொடுக்க முயற்சித்தேன், ஆனால் அது என்னைப் பெரிதும் களைப்படையச் செய்ததை நான் கண்டேன். நான் என் உடலை அளவுக்கதிகமாக வருத்தினேன். நான் மிகவும் பதற்றமடைந்தேன். இறுதியில், என் இடது பாதத்தின் தசைநார்களில் பிரச்சனை ஏற்பட்டது.

“அப்பிரச்சனை மோசமடைந்து, இரண்டு நாட்கள் என்னால் நடக்க முடியாமல் போயிற்று. அப்போதுதான், நான் என்னுடைய சொந்த வேகத்தில் நடந்தால் மட்டுமே சான்டியாகோ டி கம்போஸ்டெலாவுக்கு என்னால் போய்ச் சேர முடியும் என்பதை நான் உணர்ந்தேன்.

“மற்றவர்களைவிட நான் அதிக நேரம் எடுத்துக் கொண்டேன். பல முறை, நான் தனியாக நெடுநேரம் நடக்க வேண்டியிருந்தது. ஆனால், என்னுடைய சொந்த வேகத்தை மதித்ததன் மூலம் என்னால் அந்தப் பயணத்தை நிறைவு

செய்ய முடிந்தது. அன்றிலிருந்து, அந்த அணுகுமுறையை, என் வாழ்வில் நான் செய்ய வேண்டியிருக்கின்ற எல்லாவற்றிலும் நான் கடைபிடித்து வந்துள்ளேன்."

லிடியாவின் அரசனான கிரீசஸ், பாரசீகர்கள்மீது தாக்குதல் நடத்துவதில் உறுதியாக இருந்தபோதிலும், முதலில் டெல்ஃபியின் கிரேக்கத் தீர்க்கதரிசியிடம் அது குறித்துக் கலந்தாலோசிப்பதென்று அவன் தீர்மானித்தான்.

“நீங்கள் ஒரு மாபெரும் பேரரசை அழிக்க விதிக்கப்பட்டிருக்கிறீர்கள்,” என்று அந்தத் தீர்க்கதரிசி கூறினார்.

இந்தத் தீர்ப்பைக் கேட்டு மனமகிழ்ந்த கிரீசஸ், பாரசீகர்கள்மீது போர் தொடுத்தான். இரண்டு நாட்கள் சண்டைக்குப் பிறகு, பாரசீகர்கள் லிடியாமீது படையெடுத்து வந்து அதை வெற்றி கொண்டனர். அவர்கள் லிடியாவின் தலைநகரத்தைச் சூறையாடி, கிரீசஸையே சிறையெடுத்துச் சென்றுவிட்டனர். இதனால் கடுங்கோபமுற்ற கிரீசஸ், அந்தத் தீர்க்கதரிசியிடம் சென்று தாங்கள் ஏமாற்றப்பட்டிருந்ததாக அவரிடம் கூறும்படி கிரேக்கத்தில் இருந்த தன்னுடைய தூதருக்குக் கட்டளையிட்டான்.

“இல்லை, நீங்கள் ஏமாற்றப்படவில்லை,” என்று அந்தத் தீர்க்கதரிசி பதிலளித்தார். “நீங்கள் நிச்சயமாக ஒரு மாபெரும் பேரரசை அழித்துள்ளீர்கள். லிடியப் பேரரசுதான் அது.”

அந்த ஆசான் இவ்வாறு கூறுகிறார்:

அறிகுறிகள் எனும் மொழி நாம் பார்ப்பதற்காக இருக்கிறது. முன்னோக்கிச் செல்வதற்கான சிறந்த வழியை அது நமக்குக் கற்றுக் கொடுக்கிறது. ஆனால்,

பெரும்பாலான நேரங்களில், அந்த அறிகுறிகள், நாம் செய்யத் தீர்மானித்துவிட்ட விஷயங்களுடன் உடன்பட்டிருக்கக்கூடிய விதத்தில் அவற்றின் பொருளை நாம் திரிக்க முயற்சிக்கிறோம்.

நூலாசிரியர் ஃபெலீஸ் லியோனார்டோ புஸ்காக்லியா, ஞானிகள் குழுவான மாகியின் நான்காவது உறுப்பினரைப் பற்றிய கதையைக் கூறுகிறார். பெத்லகேம் நகரின் மேலாக ஒளிர்ந்து கொண்டிருந்த நட்சத்திரத்தை அந்த நான்காவது நபரும் பார்த்திருந்தார், ஆனால் இயேசு எங்கெல்லாம் இருந்திருக்கக்கூடுமோ, அங்கெல்லாம் அவர் எப்போதும் மிகத் தாமதமாகவே வந்து சேர்ந்தார். ஏனெனில், அவருடைய உதவியை இறைஞ்சி நின்ற ஏழைகளுக்கும் பரிதாபகரமான மக்களுக்கும் உதவுவதற்கு அவர் தன்னுடைய பயணத்தை அடிக்கடி நிறுத்த வேண்டியிருந்தது.

எகிப்து, கலிலீ, பெத்தனி ஆகிய இடங்களின் ஊடாக முப்பது ஆண்டுகளாக இயேசுவைப் பின்தொடர்ந்த பிறகு, அவர் ஜெருசலேம் நகரை அடைந்தார். ஆனால், மிகவும் தாமதமாகியிருந்தது. அவர் பின்தொடர்ந்து வந்திருந்த குழந்தை ஏற்கனவே வளர்ந்து பெரியவனாகியிருந்தான். இயேசுவுக்குக் கொடுப்பதற்காக அவர் தன்னுடன் சில முத்துகளைக் கொண்டுவந்திருந்தார், ஆனால் தன்னுடைய பயணத்தில் தான் சந்தித்த மக்களுக்கு உதவுவதற்கு அவர் அந்த முத்துகளை விற்க வேண்டிய கட்டாயம் ஏற்பட்டது. ஒரே ஒரு முத்து மட்டும் எஞ்சியிருந்தது, ஆனால் மீட்பர் ஏற்கனவே இறந்துவிட்டிருந்தார்.

“நான் என் வாழ்வின் இலட்சியப் பணியில் தோற்றுவிட்டேன்,” என்று அந்த ஞானி நினைத்தார்.

மக்தூப்

அப்போது அவருக்கு ஒரு குரல் கேட்டது:

"நீ தோற்கவில்லை. மாறாக, உன் வாழ்வின் ஊடாக நீ என்னைத் தொடர்ந்து சந்தித்து வந்தாய். நான் நிர்வாணமாக இருந்தபோது நீ எனக்கு ஆடைகள் வழங்கினாய். நான் பசியாக இருந்தபோது நீ எனக்கு உணவளித்தாய். நான் சிறையில் இருந்தபோது நீ என்னைப் பார்க்க வந்தாய். உன் வழியில் நீ எதிர்கொண்ட ஏழைகள் அனைவரிடத்திலும் நான் இருந்தேன். இவ்வளவு அன்புப் பரிசுகளை வழங்கியதற்கு உனக்கு மிக்க நன்றி."

ஒரு தொழில்நுட்ப வல்லுநராகவோ, ஓர் அறிவியலறிஞராகவோ, அல்லது ஓர் இயந்திரப் பழுதுநீக்குநராகவோ ஏதோ ஒரு வேலையைச் செய்வதற்கு ஏற்கனவே தயாராகப் பிறந்துள்ளவர்களை உள்ளடக்கிய ஒரு சமுதாயத்தை ஓர் அறிவியல் புனைகதை விவரிக்கிறது. ஒரு சிலர், சிறப்புத் திறமை எதுவும் இல்லாமல் பிறக்கின்றனர். அவர்கள் மனநோயாளிகள் விடுதி ஒன்றுக்கு அனுப்பி வைக்கப்படுகின்றனர். ஏனெனில், மனநிலை சரியில்லாதவர்கள் சமுதாயத்திற்குப் பங்களிக்கும் திறனற்றவர்களாக இருக்கின்றனர்.

அவர்களில் ஒருவர் போர்க்கொடி உயர்த்துகிறார். அந்த விடுதியில் ஒரு நூலகம் இருக்கிறது. அறிவியலையும் கலையையும் பற்றித் தன்னால் முடிந்த அளவு அனைத்து விஷயங்களையும் அங்கே அவர் கற்றுக் கொள்ள முயற்சிக்கிறார்.

தான் போதுமான அளவு கற்றுள்ளதாக அவர் நினைக்கும்போது, அந்த விடுதியிலிருந்து தப்பிச் செல்ல அவர் தீர்மானிக்கிறார். ஆனால், அவர் பிடிக்கப்பட்டு, அந்நகரத்திற்கு வெளியே உள்ள ஓர் ஆய்வு மையத்திற்குக் கொண்டு செல்லப்படுகிறார்.

அங்கு வேலை செய்கின்றவர்களில் ஒருவர், “வாருங்கள்,” என்று கூறி அவரை வரவேற்கிறார். “தங்களுடைய சொந்தப் பாதையைக் கண்டுபிடிக்கக் கடமைப்பட்டுள்ளவர்களையே நாங்கள் மிகவும் போற்றுகிறோம். இக்கணத்திலிருந்து,

---

மக்தூப்

நீங்கள் விரும்புகின்ற எதை வேண்டுமானாலும் நீங்கள் செய்யலாம். ஏனெனில், உங்களைப் போன்றவர்களின் உதவியால்தான் உலகத்தால் முன்னேற முடியும்."

ஒரு நீண்ட பயணத்திற்குள் அடியெடுத்து வைப்பதற்கு முன், ஒரு வணிகன், தன்னுடைய மனைவியிடம் சொல்லிக் கொண்டு அவளிடமிருந்து விடைபெற்றான்.

அப்போது, "எனக்குத் தகுதியான எந்தவொரு பரிசையும் நீங்கள் ஒருபோதும் எனக்குக் கொடுத்ததில்லை," என்று அவள் குறை கூறினாள்.

"நன்றி கெட்டவளே, நான் உனக்குக் கொடுத்துள்ள அனைத்திற்கும் நான் பல ஆண்டுகளாகக் கடுமையாக உழைத்திருக்கிறேன். இதற்கு மேல் உனக்கு என்னால் எதைக் கொடுக்க முடியும்?"

"என்னைப்போல அழகான ஏதோ ஒன்றைத் தரலாமே?"

அவள் தன்னுடைய பரிசுக்காக முழுமையாக இரண்டு ஆண்டுகள் காத்திருந்தாள். இறுதியில் அவளுடைய கணவன் திரும்பி வந்தபோது, அவன் இவ்வாறு கூறினான்:

"இறுதியில் ஒருவழியாக, உன்னைப்போல அழகான ஒன்றை நான் கண்டுபிடித்தேன். உன்னுடைய நன்றியின்மை குறித்து நான் வருந்தினேன், ஆனால் உன்னுடைய விருப்பத்தை நிறைவேற்றுவதில் நான் உறுதியாக இருந்தேன். உன் அளவுக்கு அழகான எதை உனக்குக் கொடுப்பது என்று இவ்வளவு காலமும் நான் சிந்தித்து வந்தேன். இப்போது அதை நான் கண்டுபிடித்துவிட்டேன்."

அவன் ஒரு சிறிய கண்ணாடியை அவளிடம் நீட்டினான்.

மக்தூப்

ஜெர்மானிய தத்துவவியலாளரான ஃபிரீட்ரிக் நீட்சே ஒரு முறை இவ்வாறு கூறினார்: "எல்லாவற்றைப் பற்றியும் விவாதிப்பதில் எந்தப் பயனும் இல்லை. எப்போதாவது தவறு செய்வது மனிதனாக இருப்பதன் ஒரு பகுதியாகும்."

அந்த ஆசான் இவ்வாறு கூறுகிறார்:

ஒவ்வொரு சின்னஞ்சிறு விஷயம் குறித்தும் தங்களுடைய கருத்து சரியாக இருக்க வேண்டும் என்பதில் வெறித்தனமாக இருப்பவர்கள் உள்ளனர். பெரும்பாலான நேரங்களில், தவறுகள் செய்ய நம்மை நாம் ஒருபோதும் அனுமதிப்பதில்லை. இந்த மனப்போக்கால் நாம் சாதிப்பது ஒன்றே ஒன்றுதான்: தொடர்ந்து முன்னோக்கிச் செல்வது குறித்த ஒரு பயத்தை நாம் நம்முள் வளர்த்துக் கொள்கிறோம்.

தவறுகள் செய்வது குறித்த பயம்தான், சராசரித்தனம் எனும் கோட்டைக்குள் நம்மைச் சிறைவைக்கின்ற கதவு. அந்த பயத்திலிருந்து நாம் மீண்டுவிட்டால், நம்முடைய சொந்த சுதந்திரத்தை நோக்கி நாம் ஒரு பெரிய அடி எடுத்து வைத்துக் கொண்டிருப்போம்.

ஸ்கெட்டிஸ் மடத்தின் தலைமைத் துறவியான நிஸ்டெராஸிடம், அனுபவமற்ற ஒரு துறவி இவ்வாறு கேட்டார்:

"கடவுளின் மனத்தைக் குளிரச் செய்வதற்கு நான் என்ன செய்ய வேண்டும்?"

அந்தத் தலைமைத் துறவி இவ்வாறு பதிலளித்தார்:

"ஆபிரகாம் அந்நியர்களை வரவேற்றார், கடவுள் மகிழ்ச்சியடைந்தார். எலையா அந்நியர்களை வெறுத்தார், கடவுள் மகிழ்ச்சியடைந்தார். தான் செய்திருந்த காரியம் குறித்து டேவிட் பெருமை கொண்டார், கடவுள் மகிழ்ச்சியடைந்தார். கோவிலில் இருந்த வரி வசூலிப்பாளர் தான் செய்திருந்த காரியம் குறித்து அவமானம் கொண்டார், கடவுள் மகிழ்ச்சியடைந்தார். பேப்டிஸ்டான ஜான் காட்டிற்குள் சென்றார், கடவுள் மகிழ்ச்சியடைந்தார். ஜோனா, நினிவே என்ற மாபெரும் நகரத்திற்குச் சென்றார், கடவுள் மகிழ்ச்சியடைந்தார்.

"உன் ஆன்மா என்ன செய்ய விரும்புகிறது என்று அதனிடம் கேள். நம் ஆன்மா தன்னுடைய கனவுகளுடன் இணக்கமாக இருக்கும்போது, அது கடவுளை மகிழ்ச்சியால் நிரப்புகிறது."

ஒரு புத்த ஆசான் தன்னுடைய சீடர்களுடன் கால் நடையாகப் பயணித்துக் கொண்டிருந்தபோது, தங்களில் யார் சிறந்தவன் என்பது குறித்து அந்தச் சீடர்கள் தங்களுக்கிடையே வாதிட்டுக் கொண்டிருந்ததை அவர் கவனித்தார்.

“நான் பதினைந்து ஆண்டுகளாக தியானம் செய்து வந்துள்ளேன்,” என்று ஒருவன் கூறினான்.

“நான் என்னுடைய பெற்றோரின் வீட்டிலிருந்து வெளியேறியதிலிருந்து, நான் ஈகையைக் கடைபிடித்து வந்துள்ளேன்,” என்று இன்னொருவன் கூறினான்.

“புத்தரின் போதனைகளை நான் எப்போதும் பின்பற்றி வந்துள்ளேன்,” என்று மூன்றாமவன் கூறினான்.

நண்பகலில், ஓய்வெடுப்பதற்காக அவர்கள் ஓர் ஆப்பிள் மரத்தின் அடியில் அமர்ந்தனர். எக்கச்சக்கமான ஆப்பிள்களைத் தாங்கி நின்ற அதன் கிளைகள் கீழ்நோக்கிச் சரிந்திருந்தன.

அப்போது அந்த ஆசான் பேசினார்:

“ஒரு மரம் கனிகளால் நிரம்பி வழியும்போது, அதன் கிளைகள் வளைந்து நிலத்தைத் தொடுகின்றன. அதுபோலவே, பணிவு கொண்ட ஒருவனே உண்மையான ஞானியாவான். ஒரு மரம் கனிகளின்றி இருக்கும்போது, அதன் கிளைகள் எப்போதும் ஆணவத்தோடு இருக்கும். அதுபோலவே, ஒரு முட்டாள், தான் தன்னுடைய சக மனிதனைவிடச் சிறப்பானவன் என்று எப்போதும் நினைப்பான்.”

'இறுதி இரவுணவின்போது', இயேசு தன்னுடைய அப்போஸ்தலர்களில் இருவர்மீது சம அளவு கடுமையான குற்றச்சாட்டுகளை வைத்தார். இயேசு முன்கூட்டியே தீர்க்கதரிசனமாகப் பார்த்திருந்த குற்றங்களை அவ்விருவரும் இழைத்திருந்தனர்.

யூதாஸ் இஸ்காரியாட் தன்னுடைய தவற்றை உணர்ந்து தற்கொலை செய்து கொண்டார். தான் நம்பிக்கை வைத்திருந்த அனைத்தையும் மூன்று முறை மறுத்தப் பிறகு, பீட்டரும் தன் தவற்றை உணர்ந்தார்.

சரியான தருணத்தில், இயேசுவின் நற்செய்தியின் உண்மையான பொருளைப் பீட்டர் புரிந்து கொண்டார். அவர் இயேசுவிடம் மன்னிப்புக் கேட்டார். அவமானத்தைத் தாங்கிக் கொண்டு, அவர் பணிவோடு தன் வாழ்க்கையைத் தொடர்ந்தார்.

அவர் தற்கொலையைத் தேர்ந்தெடுத்திருக்கலாம், ஆனால் அதற்குப் பதிலாக, அவர் மற்ற அப்போஸ்தலர்களிடம் பேசினார். அவர் பின்வருமாறு கூறியிருந்திருக்கக்கூடும்:

"மனித இனம் நிலைத்திருக்கும்வரை மக்கள் என்னுடைய தவற்றைப் பற்றிப் பேசட்டும், ஆனால் அந்தத் தவற்றைத் திருத்திக் கொள்ள எனக்கு அனுமதி தாருங்கள்."

மன்னித்தலே அன்பு என்பதைப் பீட்டர் புரிந்து கொண்டார், ஆனால் யூதாஸ் அதைப் புரிந்து கொள்ளவில்லை.

மக்தூப்

பிரபல எழுத்தாளர் ஒருவர் தன்னுடைய நண்பர் ஒருவருடன் வெளியே நடந்து சென்று கொண்டிருந்தபோது, தன்னை நோக்கி முழு வேகத்தில் வந்து கொண்டிருந்த ஒரு லாரியைக் கவனிக்காமல் ஒரு சிறுவன் அந்தச் சாலையைக் கடந்து கொண்டிருந்ததை அவர் கவனித்தார். ஒரு கணநேரத்தில், அந்த எழுத்தாளர் அந்த லாரியின் பாதையில் தாவிக் குதித்து அச்சிறுவனைக் காப்பாற்றிவிட்டார். அவருடைய வீரதீரச் செயல் குறித்து யாரும் அவரைப் பாராட்டுவதற்கு முன், அவர் அந்தச் சிறுவனின் கன்னத்தின்மீது ஓங்கி அறைந்துவிட்டு இவ்வாறு கூறினார்:

"சிறுவனே, வெளித் தோற்றத்தை மட்டும் கண்டு ஏமாந்துவிடாதே. நீ வளர்ந்து பெரியவனானவுடன் நீ எதிர்கொள்ளக்கூடிய அனைத்துப் பிரச்சனைகளிலிருந்தும் நீ தப்பிவிடக்கூடாது என்பதால் மட்டுமே நான் உன்னைக் காப்பாற்றினேன்."

அந்த ஆசான் இவ்வாறு கூறுகிறார்:

நாம் ஒரு நல்ல செயலைச் செய்யும்போது, சில நேரங்களில் நாம் தர்மசங்கடமாக உணர்கிறோம். நாம் தாராள மனப்பான்மையுடன் நடந்து கொள்ளும்போது, உண்மையில், மற்றவர்களைக் கவரவும், கடவுளுக்குக் 'கையூட்டு' கொடுக்கவும், இன்னும் பலவற்றைச் செய்யவுமே நாம் முயற்சிக்கிறோம் என்று நம்முடைய குற்றவுணர்வு எப்போதும் நம்மிடம் சொல்லிக் கொண்டிருக்கிறது. அடிப்படையில் மனித இயல்பு நல்லவிதமானது என்பதை

ஏற்றுக் கொள்வது நமக்குக் கடினமாக இருப்பதுபோலத் தெரிகிறது. அன்பு என்பது ஏதோ பலவீனத்தின் ஓர் அடையாளம் என்பதுபோல நினைத்துக் கொண்டு, நம்முடைய அன்பான செயல்களை, நகைச்சுவையையும் அக்கறையின்மையையும் கொண்டு நாம் மூடி மறைக்கிறோம்.

இயேசு அந்த மேசையின்மீது தன் பார்வையை ஓடவிட்டுவிட்டு, பூமியில் தன்னுடைய நேரத்தை எது சிறப்பாகப் பிரதிநுதப்படுத்தியது என்று யோசித்துக் கொண்டிருந்தார். அந்த மேசையில், கலிலீயிலிருந்து வந்திருந்த மாதுளைகளும், தெற்குப் பாலைவனங்களிலிருந்து வந்திருந்த மசாலாக்களும், சிரியாவிலிருந்து வந்திருந்த உலர்ந்த பழங்களும், எகிப்திலிருந்து வந்திருந்த பேரீச்சம்பழங்களும் இருந்தன.

அவற்றை ஆசிர்வதிப்பதற்காக அவர் தன் கையை நீட்டியபோது திடீரென்று ஒரு விஷயம் அவருக்குப் புலப்பட்டது. தான் கொண்டு வந்திருந்த செய்தி அனைத்து இடங்களிலும் வசித்த மக்களுக்கானது; ஒருவேளை மாதுளைகளும் பேரீச்சம்பழங்களும் உலகின் அனைத்துப் பகுதிகளிலும் இல்லாமல் இருக்கக்கூடும் என்பதுதான் அச்செய்தி.

அவர் மீண்டும் தன்னைச் சுற்றிலும் பார்த்தார். அப்போது அவருக்கு இன்னோர் எண்ணம் தோன்றியது. படைப்பின் அதிசயம், மனிதத் தலையீட்டிற்கான தேவை எதுவும் இன்றி, அந்த மாதுளைகளிலும், பேரீச்சம்பழங்களிலும், பிற கனிகளிலும் இருந்தது என்பதுதான் அது.

அவர் அந்த மேசையிலிருந்த ரொட்டியை எடுத்து, அதைப் பிய்த்து, அதைத் தன் சீடர்களுக்குக் கொடுத்துவிட்டு இவ்வாறு கூறினார்:

“இதைச் சாப்பிடுங்கள். ஏனெனில், இது என்னுடைய உடல்.”

மாதுளை, பேரீச்சம்பழம், மற்றும் உலர்ந்த பழங்களைப் போலன்றி, ரொட்டி எல்லா இடங்களிலும் கிடைக்கும் என்பதால், கடவுளை அடைவதற்கான பாதைக்கான சிறந்த குறியீடு ரொட்டிதான். ஏனெனில், அது பூமி மற்றும் மனித உழைப்பினால் விளைந்த ஒரு பலனாகும்.

மக்தூப்

அந்த வித்தைக்காரன் அந்தச் சதுக்கத்தின் நடுவே போய் நின்று கொண்டு, மூன்று ஆரஞ்சுகளை எடுத்து, அவற்றை மேல் நோக்கி வீசத் தொடங்குகிறான். மக்கள் அவனைச் சூழ்ந்து நின்று கொண்டு, அவனுடைய திறமையையும் அவனுடைய அசைவுகளின் நேர்த்தியையும் கண்டு வியக்கின்றனர்.

"வாழ்க்கையும் இது போன்றதுதான்," என்று யாரோ அந்தப் பயணியிடம் கூறுகின்றனர். "நம் கைகள் ஒவ்வொன்றிலும் எப்போதும் ஓர் ஆரஞ்சு இருக்கிறது, இன்னொன்று காற்றில் இருக்கிறது. அதுதான் வேறுபாடு. பெரும் திறமையோடும் அறிவோடும் அந்த ஆரஞ்சு மேலே தூக்கி வீசப்பட்டது, ஆனால் அது தன் சொந்தப் பாதையைத் தேர்ந்தெடுக்கிறது. அந்த வித்தைக்காரனைப்போல, நாம் ஒரு கனவை இந்த உலகிற்குள் தூக்கி வீசுகிறோம், ஆனால் அதன்மீது எல்லா நேரமும் நமக்கு எந்தக் கட்டுப்பாடும் இருப்பதில்லை. அப்போது நாம் கடவுளிடம் சரணடைந்து, 'உரிய காலத்தில், என் கனவு, கண்ணியத்தோடு தன்னுடைய சொந்தப் பாதையைப் பின்பற்றிச் சென்று, முழுமையாக நிறைவேறி என் கைகளுக்குள் வந்து விழட்டும்,' என்று கேட்க வேண்டும்."

சுவாசித்தல், கண் சிமிட்டுதல், நம்மைச் சுற்றிலும் உள்ளவற்றைக் கவனித்தல் போன்ற, நாம் தன்னிச்சையாகச் செய்கின்ற விஷயங்கள்மீது வெறுமனே கவனம் செலுத்துவது உள்ளார்ந்த வளர்ச்சியை ஊக்குவிப்பதற்கான மிகவும் சக்திவாய்ந்த பயிற்சிகளில் ஒன்றாகும்.

நாம் இதைச் செய்யும்போது, நம்முடைய விருப்பங்களின் குறுக்கீடு இன்றி நம்முடைய மூளை அதிக சுதந்திரமாக இயங்க நாம் அனுமதிக்கிறோம். தீர்க்கப்பட முடியாதவைபோலத் தோன்றிய சில குறிப்பிட்டப் பிரச்சனைகள் தீர்க்கப்படுகின்றன; சாத்தியமற்றவைபோலத் தோன்றிய சில குறிப்பிட்ட வேலைகள் அதிக முயற்சியின்றி நிறைவேற்றப்படுகின்றன.

அந்த ஆசான் இவ்வாறு கூறுகிறார்:

நீங்கள் ஒரு கடினமான சூழ்நிலையை எதிர்கொள்ளும்போது, இந்த உத்தியை முயற்சித்துப் பாருங்கள். இதற்குச் சிறிதளவு ஒழுங்கு தேவை, ஆனால் விளைவுகள் வியப்பூட்டுபவையாக இருக்கும்.

ஒரு சந்தையில் ஒருவன் குடுவைகளை விற்றுக் கொண்டிருக்கிறான். அங்கு வருகின்ற ஒரு பெண், விற்பனையில் இருக்கின்ற பொருட்களைப் பார்க்கிறாள். சில குடுவைகள் எந்த வேலைப்பாடும் இல்லாமல் முற்றிலும் எளிமையாக இருக்கின்றன. மற்றக் குடுவைகள், மிகுந்த கவனத்துடன் அலங்கரிக்கப்பட்டுள்ளன.

அவள் அந்த வெவ்வேறு குடுவைகளின் விலையை விசாரிக்கிறாள். அவை எல்லாம் ஒரே விலையைக் கொண்டிருப்பதைக் கேட்டு அவள் வியப்புறுகிறாள்.

"அலங்கரிக்கப்பட்ட ஒரு குடுவையின் விலையும் ஓர் எளிய குடுவையின் விலையும் எப்படி ஒன்றாக இருக்க முடியும்? உருவாக்கப்படுவதற்கு அதிக நேரம் எடுத்துக் கொண்ட ஒரு பொருளுக்கு ஏன் அதே விலையை வைத்துள்ளாய்?" என்று அவள் கேட்கிறாள்.

"நான் ஒரு கைவினைஞன். நான் தயாரித்தக் குடுவைக்கு என்னால் விலையை நிர்ணயிக்க முடியும், ஆனால் அதன் அழகுக்கு என்னால் எந்த விலையும் நிர்ணயிக்க முடியாது. அழகு இலவசமாக வருகிறது," என்று அந்த விற்பனையாளன் கூறுகிறான்.

அந்தப் பயணி அந்த தேவாலயத்திலிருந்து வெளியே வந்தபோது மிகவும் தனிமையாக உணர்ந்தார். அப்போது ஒரு நண்பர் அவரிடம் வந்தார்.

"நான் கட்டாயம் உன்னிடம் பேசியாக வேண்டும்," என்று அந்த நண்பர் கூறினார்.

அந்தப் பயணி இந்தச் சந்திப்பை ஒரு குறியீடாகப் பார்த்துவிட்டு, மிகுந்த உற்சாகம் கொண்டு, தான் முக்கியமானவையாகக் கருதிய எல்லாவற்றைப் பற்றியும் பேசத் தொடங்கினார். கடவுளின் ஆசிர்வாதங்களைப் பற்றியும், அன்பைப் பற்றியும் அவர் பேசினார். "என்னுடைய தேவதூதர் என்னைக் கவனித்துக் கொண்டிருக்கிறார் என்பதற்கான அறிகுறி நீ. ஏனெனில், ஒரு சில நிமிடங்களுக்கு முன்புதான் நான் தனிமையாக உணர்ந்திருந்தேன், ஆனால் இப்போது எனக்குப் பேச்சுத் துணைக்கு நீ இருக்கிறாய்," என்று அவர் கூறினார்.

அவருடைய பேச்சு முழுவதையும் அந்த நண்பர் அமைதியாகக் கேட்டுவிட்டு, அவருக்கு நன்றி கூறிவிட்டு அங்கிருந்து போய்விட்டார்.

அந்தப் பயணி மகிழ்ச்சியாக உணர்வதற்குப் பதிலாக, முன்னைவிட அதிகத் தனிமையாக உணர்ந்தார். பின்னர், தனக்கு ஒரு பேச்சுத் துணை கிடைத்திருந்தது குறித்த உற்சாகத்தில், தன்னிடம் பேசுவதற்குத் தன்னுடைய நண்பருக்கு இருந்த தேவையின்மீது தான் சிறிதும் கவனம் செலுத்தியிருக்காததை அவர் உணர்ந்தார்.

அந்தப் பயணி தரையை வெறித்துப் பார்த்தார். தன்னுடைய வார்த்தைகள் அந்த நடைபாதை நெடுகிலும் சிதறிக் கிடந்ததை அவர் கண்டார். ஏனெனில், அக்கணத்தில் பிரபஞ்சத்திற்கு வேறு ஏதோ தேவைப்பட்டிருந்தது.

ஓர் இளவரசனின் பெயர் சூட்டு விழாவிற்கு மூன்று தேவதைகளுக்கு அழைப்பு விடுக்கப்பட்டிருந்தது. முதல் தேவதை, அந்த இளவரசன் உண்மையான அன்பைக் கண்டுபிடிப்பான் என்ற பரிசை அவனுக்குக் கொடுத்தாள். இரண்டாவது தேவதை, அவன் தன் விருப்பம்போலச் செலவு செய்வதற்குப் பணம் கொடுத்தாள். மூன்றாவது தேவதை, அவனுக்கு ஒரு வசீகரமான தோற்றத்தைக் கொடுத்தாள்.

ஒவ்வொரு தேவதைக் கதையிலும் வருவதைப்போலவே, இங்கும் கெடுநோக்கு கொண்ட ஒரு மந்திரவாதினி தோன்றினாள். அவளுக்கு அழைப்பு விடுக்கப்பட்டிராததால் கடுங்கோபத்தில் இருந்த அவள், அந்த இளவரசனுக்கு ஒரு சாபமிட்டாள்:

"நீ ஏற்கனவே எல்லாவற்றையும் பெற்றிருப்பதால், நான் உனக்கு இன்னும் கூடுதலாகத் தருகிறேன். நீ செய்கின்ற எல்லாவற்றிலும் நீ பெரும் திறமையை வெளிப்படுத்துவாய்."

அந்த இளவரசன் வசீகரமானவனாக வளர்ந்தான், செல்வத்தில் திளைத்தான், காதல் வயப்பட்டான், ஆனால் பூமியில் தன்னுடைய நோக்கத்தை அவனால் ஒருபோதும் நிறைவேற்ற முடியவில்லை. அவன் ஓர் அற்புதமான ஓவியனாகவும், சிற்பியாகவும், எழுத்தாளனாகவும், இசைக் கலைஞனாகவும், கணிதவியலாளராகவும் இருந்தான், ஆனால் அவன் எளிதில் கவனச்சிதறல்களுக்கு ஆளானதாலும், எப்போதும் வித்தியாசமாக எதையேனும்

செய்ய வேண்டும் என்று விரும்பியதாலும், அவனால் ஒருபோதும் எதையும் முழுமையாகச் செய்து முடிக்க முடியவில்லை.

அந்த ஆசான் இவ்வாறு கூறுகிறார்:

அனைத்துப் பாதைகளும் ஒரே இடத்திற்குத்தான் இட்டுச் செல்கின்றன, ஆனால் நீங்கள் உங்களுடைய குறிப்பிட்டப் பாதையைத் தேர்ந்தெடுத்து அதன் இறுதிவரை அதைப் பின்தொடருங்கள். அனைத்துப் பாதைகளையும் பின்தொடர ஒருபோதும் முயற்சிக்காதீர்கள்.

பதினெட்டாம் நூற்றாண்டைச் சேர்ந்த, பெயர் குறிப்பிடப்படாத ஓர் உரை, ஓர் ஆன்மிக வழிகாட்டியைத் தேடிக் கொண்டிருந்த ஒரு இரஷ்யத் துறவியைப் பற்றிக் கூறுகிறது.

ஒரு நாள், தன்னுடைய ஆன்மாவின் விமோசனத்திற்காக அல்லும் பகலும் தன்னை அர்ப்பணித்துக் கொண்டிருந்த ஒரு துறவி ஒரு குறிப்பிட்டக் கிராமத்தில் வாழ்ந்ததாக அந்த இரஷ்யத் துறவியிடம் யாரோ கூறியிருந்தனர். உடனே, அந்த இரஷ்யத் துறவி அந்தக் கிராமத்துத் துறவியைத் தேடிச் சென்றார்.

“ஆன்மாவின் பாதையில் நீங்கள் என்னை வழிநடத்த வேண்டும் என்று நான் விரும்புகிறேன்,” என்று அந்த இரஷ்யத் துறவி கூறினார்.

“ஆன்மாவுக்கென்று ஒரு சொந்தப் பாதை உள்ளது. உங்கள் தேவதூதர் உங்களை வழிநடத்துவார். இடைவிடாமல் பிரார்த்தனை செய்யுங்கள்,” என்று அந்தக் கிராமத்துத் துறவி கூறினார்.

“அப்படிப் பிரார்த்திப்பது எப்படி என்பது எனக்குத் தெரியாது. நீங்கள் எனக்குக் கற்றுக் கொடுக்க வேண்டும் என்று நான் விரும்புகிறேன்.”

“இடைவிடாமல் பிரார்த்திப்பது எப்படி என்பது உங்களுக்குத் தெரியாவிட்டால், கடவுளிடம் பிரார்த்தனை செய்து, இடைவிடாமல் பிரார்த்திப்பது எப்படி என்பதை உங்களுக்குக் கற்றுக் கொடுக்கும்படி அவரிடம் கேளுங்கள்.”

மக்தூப்

“நீங்கள் எனக்கு எதையும் கற்றுக் கொடுத்துக் கொண்டிருக்கவில்லை,” என்று அந்த இரஷ்யத் துறவி கூறினார்.

“கற்றுக் கொடுப்பதற்கு எதுவுமில்லை. ஏனெனில், அடிப்படைக் கணிதத்தைக் கற்றுக் கொடுக்கின்ற அதே வழியில் இறைநம்பிக்கையை ஒருவரால் கற்றுக் கொடுக்க முடியாது. இறைநம்பிக்கை எனும் மர்மத்தை ஏற்றுக் கொள்ளுங்கள். அப்போது, பிரபஞ்சம் தன்னை உங்களிடம் தானாகவே வெளிப்படுத்திக் கொள்ளும்.”

ஸ்பானியக் கவிஞரான அன்டோனியோ மசாடோ இவ்வாறு எழுதினார்:

பயணியே, நீ உன் பாதையை அமைக்கிறாய்
உன் காலடிகளைக் கொண்டு, இதற்கு மேல்
எதுவுமில்லை;
பயணியே, பாதை எதுவும் இல்லை,
நடப்பதன் மூலம் நீ அந்தப் பாதையை உருவாக்குகிறாய்,
நீ திரும்பிப் பார்க்கும்போது
நீ அந்தப் பாதையைப் பார்ப்பாய்,
நீ மீண்டும் ஒருபோதும் நடக்கப் போகாத பாதை அது.
பயணியே, பாதை எதுவும் இல்லை,
கடலில் கப்பல்கள் விட்டுச் சென்ற நுரையலைகள்
மட்டுமே உள்ளன.

அந்த ஆசான் இவ்வாறு கூறுகிறார்:

எழுதுங்கள். அது ஒரு கடிதமோ, ஒரு நாட்குறிப்போ, அல்லது நீங்கள் தொலைபேசியில் பேசும்போதும் எடுக்கின்ற சில குறிப்புகளோ, எதுவானாலும் வெறுமனே எழுதுங்கள்.

எழுதுவது நம்மைக் கடவுளுக்கும் நம்முடைய சக மனிதர்களுக்கும் நெருக்கமானவர்களாக ஆக்குகிறது.

இவ்வுலகில் உங்கள் பாத்திரத்தைப் பற்றிய ஒரு சிறப்பான புரிதலை நீங்கள் பெற விரும்பினால், எழுதுங்கள். நீங்கள் எழுதுவதை யாரும் வாசிக்கப் போவதில்லை என்றாலும்கூட ஆத்மார்த்தமாக எழுத முயற்சி செய்யுங்கள். இன்னும் சொல்லப் போனால், பிறர் படித்துவிடக்கூடாது என்று நீங்கள் நினைக்கின்ற, ஆனால் இறுதியில் யாரோ அதைப் படித்துவிடுகின்ற நிலையிலும், ஆத்மார்த்தமாக எழுத முயற்சி செய்யுங்கள். எழுதுதல் என்ற வெறும் செயலே நம்முடைய எண்ணங்களை ஒழுங்கமைக்கவும், நம்மைச் சுற்றிலும் உள்ள உலகத்தை அதிகத் தெளிவாகப் பார்க்கவும் நமக்கு உதவுகிறது. ஒரு தாள் மற்றும் ஒரு பேனாவால் அதிசயங்களை நிகழ்த்த முடியும். அவற்றால் துயரங்களைத் தணிக்கவும், கனவுகளை நனவாக்கவும், இழக்கப்பட்ட நம்பிக்கைகளை மீட்டெடுக்கவும் முடியும்.

வார்த்தைதான் சக்தி.

பாலோ கொயலோ

பாலைவனத் துறவிகளைப் பொறுத்தவரை, தேவதூதர்கள் தங்கள் போக்கில் சுதந்திரமாகச் செயல்பட அவர்களை நாம் விட்டுவிட வேண்டும். இதனால்தான், சில நேரங்களில், மலர்களிடம் பேசுதல், காரணமே இன்றிச் சிரித்தல் போன்ற அபத்தமான விஷயங்களை அத்துறவிகள் செய்கின்றனர். எந்த அர்த்தமும் இல்லாத, ஆனால் எப்போதும் எங்கோ ஓர் இடத்திற்கு இட்டுச் செல்கின்ற, 'கடவுளின் சமிக்கைகளை' ரசவாதிகள் பின்தொடர்கின்றனர்.

அந்த ஆசான் இவ்வாறு கூறுகிறார்:

கிறுக்கன் என்று அழைக்கப்படுவது குறித்து பயப்படாதீர்கள். இன்று, உங்களுக்குக் கற்றுக் கொடுக்கப்பட்டுள்ள அனைத்துத் தர்க்கங்களுக்கும் எதிரான எதையேனும் செய்யுங்கள். உங்களுக்குக் கற்றுக் கொடுக்கப்பட்டுள்ளதைவிடச் சிறிது குறைவான பகுத்தறிவுடன் நடந்து கொள்ளுங்கள். அந்தச் சின்னஞ்சிறிய விஷயம், அது எவ்வளவு சின்னஞ்சிறியதாக இருந்தாலும் சரி, ஒரு மாபெரும் சாகசத்திற்கான கதவுகளைத் திறந்துவிடும் – அது மனித சாகசமாகவும் இருக்கலாம் அல்லது ஆன்மிக சாகசமாகவும் இருக்கலாம்.

ஒருவன் தன்னுடைய பகட்டான மெர்சிடீஸ்-பென்ஸ் காரை ஓட்டிச் சென்று கொண்டிருக்கும்போது, ஒரு டயர் வெடித்துவிடுகிறது. அவன் அதை மாற்ற முயற்சிக்கிறான், ஆனால் அதற்கான பளு உயர்த்தி தன்னிடம் இல்லை என்பதை அவன் காண்கிறான்.

"சரி, நான் எதிர்கொள்கின்ற முதல் வீட்டிற்குச் சென்று, அவர்களிடம் ஒரு பளு உயர்த்தியை நான் கடன் வாங்கி வருவேன்," என்று அவன் தனக்குத் தானே சத்தமாகக் கூறிக் கொண்டு உதவி தேடிச் செல்கிறான்.

"அந்நபர் என்னுடைய விலையுயர்ந்த காரைப் பார்க்கும்போது, அந்தப் பளு உயர்த்திக்காக அவர் என்னிடம் கட்டணம் வசூலிக்க விரும்பக்கூடும்," என்று அவன் நினைக்கிறான். "அவர் என்னிடம் பத்து டாலர்கள் வசூலிக்கக்கூடும். ஒருவேளை, ஐம்பது டாலர்கள்கூட வசூலிக்கக்கூடும். ஏனெனில், அந்தப் பளு உயர்த்தி எனக்கு உண்மையிலேயே தேவை என்பதை அவர் அறிவார். அவர் இந்த வாய்ப்பைத் தனக்குச் சாதகமாகப் பயன்படுத்திக் கொள்ள முயற்சிப்பார். இதனால் அவர் என்னிடம் நூறு டாலர்கள்கூடக் கேட்கக்கூடும்."

அவன் இவ்வாறு சிந்தித்தபடி நடந்து கொண்டிருக்கும்போது, கட்டணம் தொடர்ந்து ஏறிக் கொண்டே போகிறது.

அவன் அந்த வீட்டை அடைகின்றபோது, அதன் உரிமையாளர் கதவைத் திறந்துவிட்டு இவ்வாறு கத்துகிறார்:

"நீ ஒரு திருடன்! நிச்சயமாக நீ ஒரு திருடன்தான்! ஒரு பளு உயர்த்தி ஒன்றும் அவ்வளவு மதிப்பு வாய்ந்ததல்ல. அதை நீயே வைத்துக் கொள்!"

நாம் இதேபோல ஒருபோதும் நடந்து கொண்டதில்லை என்று நம்மில் யாரால் சொல்ல முடியும்?

மக்தூப்

சமீபத்தில் அமெரிக்காவில் இலட்சக்கணக்கான மக்களிடையே பிரபலமடைந்துள்ள ஒரு சிகிச்சை முறையை உருவாக்கியவர் மில்ட்டன் எரிக்சன். அவருக்குப் பன்னிரண்டு வயதாக இருந்தபோது, அவர் இளம்பிள்ளைவாத நோயால் தாக்கப்பட்டார். அந்நோய் ஏற்பட்டுப் பத்து மாதங்களுக்குப் பிறகு, ஒரு மருத்துவர் அவருடைய பெற்றோரிடம் இவ்வாறு கூறியதை அவர் கேட்டார்:

"உங்கள் மகன் இன்றிரவைத் தாண்ட மாட்டான்."

பிறகு தன் தாயார் அழுது கொண்டிருந்தது எரிக்சனுக்குக் கேட்டது. அவர் இவ்வாறு நினைத்தார்: "யாருக்குத் தெரியும்? நான் இன்றிரவைத் தாண்டிவிட்டால், என் தாயார் இவ்வளவு துன்புறாமல் இருக்கக்கூடும்."

எனவே, மறுநாள் காலைவரை தூங்காமல் கண்விழித்திருப்பது என்று எரிக்சன் தீர்மானித்தார்.

காலையில் அவர் தன் தாயாரைச் சத்தமாக அழைத்தார்:

"அம்மா, நான் இன்னும் உயிரோடுதான் இருக்கிறேன்!"

இது தன்னுடைய குடும்பத்தினருக்குச் சொல்லொணா மகிழ்ச்சியைக் கொடுத்ததைக் கண்ட எரிக்சன், எப்போதும் இன்னும் ஒரு நாள் வாழ்வதென்றும், இதன் மூலம் தன் பெற்றோர் மனவேதனை அடைவதைத் தவிர்க்கவும் தீர்மானித்தார்.

1980 இல் தன்னுடைய எழுபத்தெட்டாம் வயதில் அவர் காலமானார். நம்முடைய வரம்புகளை மீறி வருவதற்கு நமக்கு இருக்கின்ற அசாதாரணமான திறன் குறித்துப் பல முக்கியமான நூல்களை அவர் நமக்காக விட்டுச் சென்றுள்ளார்.

மக்தூப்

அனுபவமற்ற ஒரு புதிய துறவி, தன்னுடைய மடாதிபதியிடம், "புனிதத் தந்தையே, என் இதயம், இவ்வுலகம் குறித்த அன்பால் நிரம்பியுள்ளது. என் ஆன்மா, பிசாசின் சபலங்கள் அனைத்திலிருந்தும் விடுபட்டுள்ளது. என்னுடைய அடுத்த நடவடிக்கை என்னவாக இருக்க வேண்டும்?" என்று கேட்டார்.

மதச் சடங்குகள் செய்யப்படுவதற்காக மரணப் படுக்கையில் காத்துக் கொண்டிருந்த ஒரு நோயாளியைப் பார்க்கத் தன்னுடன் வரும்படி அந்த மடாதிபதி அத்துறவியிடம் கூறினார்.

அந்நோயாளியின் குடும்பத்தாருக்கு ஆறுதல் கூறிய பிறகு, அவ்வீட்டின் ஒரு மூலையில் ஒரு பெரிய பெட்டி இருந்ததை அந்த மடாதிபதி கவனித்தார்.

"அந்தப் பெட்டிக்குள் என்ன இருக்கிறது?" என்று அவர் கேட்டார்.

இறந்து கொண்டிருந்த அந்த நபரின் மருமகன், "என் மாமா ஒருபோதும் அணியாத ஆடைகள் அதில் உள்ளன. அவற்றை அணிவதற்கான சரியான நேரத்திற்காக அவர் எப்போதும் காத்துக் கொண்டிருந்தார். இறுதியில் அவை அந்தப் பெட்டிக்குள்ளேயே மக்கி வீணாகிவிட்டன," என்று கூறினார்.

அந்த மடாதிபதியும் அப்புதிய துறவியும் அவ்வீட்டிலிருந்து வெளியே வந்தபோது, "அந்தப் பெட்டியை ஒருபோதும் மறக்காதீர்கள். உங்கள் இதயத்தில்

ஆன்மிகப் பொக்கிஷங்கள் இருந்தால், அவற்றை இன்றே நடைமுறையில் செயல்படுத்துங்கள். இல்லாவிட்டால், அவை வெறுமனே மக்கி வீணாகிவிடும்," என்று அந்த மடாதிபதி அத்துறவியிடம் கூறினார்.

நாம் நம்முடைய ஆன்மிகப் பயணத்திற்குள் அடியெடுத்து வைக்கும்போது, நாம் கடவுளிடம் அளவுக்கதிகமாகப் பேசுகிறோம்; இதனால், அவர் நம்மிடம் சொல்ல விரும்புவதை நாம் செவிமடுக்காமல் போய்விடுகிறோம் என்று ஞானிகள் கூறுகின்றனர்.

அந்த ஆசான் இவ்வாறு கூறுகிறார்:

சிறிது ஆசுவாசம் கொள்ளுங்கள். அது எளிதல்ல. எல்லா நேரமும் சரியான விஷயத்தைச் செய்து கொண்டிருக்க விரும்புகின்ற ஓர் இயல்பான போக்கு நமக்கு இருக்கிறது. அந்த விஷயம் குறித்துத் தொடர்ந்து வேலை செய்தால் மட்டுமே அதை நம்மால் சாதிக்க முடியும் என்று நாம் நம்புகிறோம்.

முயற்சி செய்தல், கீழே விழுதல், மீண்டு எழுதல், தொடர்ந்து முன்னோக்கிச் செயல்படுதல் ஆகியவை முக்கியம்தாம், ஆனால் கடவுள் நமக்கு உதவ நாம் அனுமதிக்க வேண்டும். நாம் ஒன்றைக் குறித்து உண்மையிலேயே கடுமையாக உழைத்துக் கொண்டிருக்கும்போது, நம்மை உற்றுக் கவனித்து, கடவுள் தன்னை நம்மிடம் வெளிப்படுத்தி நம்மை வழிநடத்த நாம் அனுமதிக்க வேண்டும் என்பது என்றென்றும் நம் நினைவில் இருக்க வேண்டும்.

அவ்வப்போது, அவர் நம்மைத் தன் மடிமீது அமர்த்திக் கொள்ள நாம் அவரை அனுமதிக்க வேண்டும்.

ஓர் இளைஞன், ஆன்மிகப் பாதையை எவ்வாறு பின்பற்றுவது என்பது குறித்து அறிவுரை நாடி, ஸ்கெட்டிஸ் மடத்தின் மடாதிபதியைப் பார்க்க வந்தான்.

“ஓராண்டு முழுவதும், உன்னை இகழ்கின்ற அல்லது உன்னிடம் மோசமாக நடந்து கொள்கின்ற எவரொருவருக்கும் எப்போதும் பணம் கொடு,” என்று அந்த மடாதிபதி கூறினார்.

பன்னிரண்டு மாதங்களுக்கு அந்த இளைஞன் அவ்வாறே செய்தான். பிறகு, தன்னுடைய அடுத்த நடவடிக்கை என்னவாக இருக்க வேண்டும் என்பதைத் தெரிந்து கொள்வதற்காக அவன் அந்த மடாதிபதியிடம் திரும்பிச் சென்றான்.

“ஊருக்குள் சென்று எனக்கு ஏதேனும் சாப்பாடு வாங்கி வா,” என்று அந்த மடாதிபதி கூறினார்.

அந்த இளைஞன் அங்கிருந்து புறப்பட்டுச் சென்ற மறுகணம், அந்த மடாதிபதி ஒரு பிச்சைக்காரனைப்போல மாறுவேடம் புனைந்து, ஒரு குறுக்குவழியைப் பின்பற்றி நகர வாயிலுக்கு விரைந்தார். அந்த இளைஞன் அவரை அணுகியபோது, அந்த மடாதிபதி அவனை வசைபாடத் தொடங்கினார்.

“அற்புதம்! ஓராண்டு முழுவதும், என்னிடம் மோசமாக நடந்து கொண்ட எவரொருவருக்கும் நான் பணம் கொடுக்க வேண்டியிருந்தது. ஆனால், இப்போது, நான் ஒரு காசுகூடச் செலவழிக்காமல் இலவசமாகத் தூற்றப்படுகிறேன்!” என்று

அந்த இளைஞன் அந்தப் போலிப் பிச்சைக்காரரிடம் கூறினான்.

அந்த மடாதிபதி இதைக் கேட்டபோது, அவர் தன் மாறுவேடத்தைக் களைந்தார்.

“அடுத்த அடியை எடுத்து வைக்க நீ தயாராகிவிட்டாய். ஏனெனில், உன்னுடைய பிரச்சனைகளைக் கண்டு உன்னால் சிரிக்க முடிகிறது,” என்று அவர் கூறினார்.

அந்தப் பயணி நியூ யார்க்கில் இரண்டு நண்பர்களுடன் நடந்து சென்று கொண்டிருந்தார். திடீரென்று, ஒரு கச்சிதமான சாதாரண உரையாடலின் நடுவே, அந்த இரண்டு நண்பர்களும் வாக்குவாதம் செய்யத் தொடங்கினர். இறுதியில், அது கிட்டத்தட்ட அடிதடிவரை போய்விட்டது.

பின்னர், அவர்கள் அமைதியடைந்தபோது, அவர்கள் ஒரு மதுவிடுதிக்குச் சென்றனர். அவ்விருவரில் ஒருவர் அடுத்தவரிடம் இவ்வாறு மன்னிப்புக் கேட்டார்:

“நாம் யாரிடம் மிகவும் நெருக்கமாக இருக்கிறோமோ, அவர்களுடைய மனம் காயப்படும்படி நடந்து கொள்வது எவ்வளவு எளிதாக இருக்கிறது என்பதை நான் கவனித்துள்ளேன். நீ ஓர் அந்நியனாக இருந்திருந்தால், நான் நிச்சயமாக உன்மீது ஒருபோதும் அவ்வளவு கோபப்பட்டிருக்க மாட்டேன். ஆனால், நாம் நண்பர்களாக இருப்பதாலும், வேறு எவரொருவரையும்விட நீ என்னை அதிகச் சிறப்பாகப் புரிந்து கொள்வதாலும், உன்னிடம் அதிக ஆவேசத்துடன் நடந்து கொள்வதற்கு அது எப்படியோ எனக்கு உரிமம் கொடுத்தது. இதுதான் மனித இயல்பு.”

ஒருவேளை அது மனித இயல்பாக இருக்கலாம், ஆனால் நாம் அதற்கு அடிபணியாமல் இருக்க வேண்டும்.

மக்தூப்

ஒரு குறிப்பிட்ட நபருக்கு நாம் உண்மையிலேயே உதவ விரும்புகின்ற, ஆனால் நம்மால் எதுவும் செய்ய முடியாத சில கணங்கள் இருக்கின்றன. சூழல்கள் நமக்கு எதிராக இருக்கக்கூடும், அல்லது அந்த நபர் ஏதோ காரணத்தால் நம்முடைய உதவியையும் ஆதரவையும் ஏற்றுக் கொள்ள மறுக்கக்கூடும்.

அந்த ஆசான் இவ்வாறு கூறுகிறார்:

எஞ்சியிருப்பது அன்புதான். நம்மால் வேறு எதுவும் செய்ய முடியாதபோது, குறைந்தபட்சம், பதிலுக்கு எதையும் எதிர்பார்க்காமலும், அந்நபர் மாற வேண்டும் என்று எதிர்பார்க்காமலும், அவரிடமிருந்து நன்றியைக்கூட எதிர்பார்க்காமலும் அவர்மீது நாம் அன்பு செலுத்தலாம்.

நாம் இதைச் செய்தால், அன்பின் ஆற்றல் நம்மைச் சுற்றிலும் உள்ள பிரபஞ்சத்தை முழுமையாக மாற்றும். அந்த ஆற்றல் தோன்றும்போது, அது எப்போதும் எப்படியோ தன்னுடைய மாயாஜாலத்தை நிகழ்த்துகிறது.

ஐரோப்பியப் புனைவியக் காலகட்டத்தைச் சேர்ந்த கவிஞரான ஜான் கீட்ஸ், கவிதைக்கான ஓர் அருமையான வரையறையை நமக்குக் கொடுத்துள்ளார். நாம் விரும்பினால், வாழ்க்கைக்கான ஒரு வரையறையாகவும் அதை நாம் எடுத்துக் கொள்ளலாம். அந்த வரையறை இதுதான்:

"கவிதை ஒற்றைத்தனத்தால் அல்லாமல் நேர்த்தியான அதீதத்தால் வாசகனின் விழிகளை விரிவடையச் செய்ய வேண்டும் என்று நான் நினைக்கிறேன். அது தன்னுடைய சொந்த உன்னதச் சிந்தனையின் வார்த்தைக் கோர்வையாக, ஒரு நினைவுத் தொகுப்பாக இருப்பதாக அவனுக்குத் தோன்ற வேண்டும்.

"கவிதையின் அழகு ஒருபோதும் அரைகுறையாக இருத்தலாகாது. அது அவனுக்குத் திருப்தி ஏற்படுத்துவதற்குப் பதிலாக அவனை மெய்மறக்கச் செய்ய வேண்டும். அதன் எழுச்சியும், வீறும், கற்பனை வடிப்பும், ஆதவனைப்போல இயல்பாக உதயமாகி, பிரகாசத்தால் அவனை நனைத்து, அந்திக் கருக்கலின் ஆடம்பரத்தில் அவனை ஜொலிக்கவிட்டு, ஆரவாரமில்லாமல் அஸ்தமனமாக வேண்டும்."

மக்தூப்

பதினைந்து ஆண்டுகளுக்கு முன், அந்தப் பயணி, தன்னுடைய இறைநம்பிக்கை குறித்து மறுப்பில் இருந்தபோது, அவர் தன் மனைவியுடனும் ஒரு நண்பருடனும் ரியோ டி ஜெனீரோவில் இருந்தார். அவர்கள் சிறிதளவு மது அருந்தியிருந்தனர். அப்போது, இன்னொரு பழைய நண்பர் அவர்களுடன் சேர்ந்து கொண்டார். 1960களிலும் 1970களிலும் அவர்கள் அந்த நண்பரோடு பல சாகசங்களில் ஈடுபட்டிருந்திருந்தனர்.

"நீ இப்போது என்ன செய்து கொண்டிருக்கிறாய்?" என்று அந்தப் பயணி கேட்டார்.

"நான் ஒரு பாதிரியாராக இருக்கிறேன்," என்று அந்த நண்பர் கூறினார்.

அவர்கள் அந்த மதுவிடுதியிலிருந்து வெளியே வந்தபோது, நடைபாதையில் உறங்கிக் கொண்டிருந்த ஒரு குழந்தையை அந்தப் பயணி சுட்டிக்காட்டினார்.

"இயேசு இவ்வுலகத்தின்மீது எவ்வளவு அக்கறை கொண்டுள்ளார் பார்த்தாயா?," என்று அவர் பரிகாசமாகக் கூறினார்.

"நிச்சயமாக," என்று அந்தப் பாதிரியார் கூறினார். "அவர் அந்தக் குழந்தையை அங்கு வைத்தது, நீ அக்குழந்தையைக் கவனித்துவிட்டு, அவனுக்கு உதவுவதற்கு உன்னால் ஏதேனும் செய்ய முடியும் என்பதை நீ உணர்வதற்காகத்தான்."

யூத அறிஞர்கள் சிலர் ஒன்றுகூடி, சாத்தியமானதிலேயே மிகக் குறுகிய உலக அரசியலமைப்பை எழுத முயற்சித்தனர். ஒருவன் ஒற்றைக் காலில் சமநிலையில் நிற்பதற்கு எடுத்துக் கொள்ளக்கூடிய நேரத்தில் மனித நடத்தையைக் கட்டுப்படுத்துகின்ற சட்டங்களை ஒருவனால் சுருக்கமாகத் தொகுத்துரைக்க முடிந்தால், இதுவரை வாழ்ந்துள்ள ஞானிகளிலேயே மாபெரும் ஞானியாக அவன் கருதப்படுவான்.

"சட்டத்தை மீறுபவர்களைக் கடவுள் தண்டிக்கிறார்," என்று ஓர் அறிஞர் கூறினார்.

ஆனால், இது ஒரு சட்டமல்ல, மாறாக ஓர் அச்சுறுத்தல் என்று மற்றவர்கள் வாதிட்டனர். எனவே, அந்தச் சட்டம் நிராகரிக்கப்பட்டது.

அக்கட்டத்தில், யூத மதகுருவான ஹில்லெல் அந்தக் குழுவினரோடு சேர்ந்து கொண்டார். அவர் ஒற்றைக் காலில் நின்றபடி இவ்வாறு கூறினார்:

"மற்றவர்கள் உங்களுக்குச் செய்யக்கூடிய எதை நீங்கள் வெறுப்பீர்களோ, அதை நீங்கள் அவர்களுக்குச் செய்யாதீர்கள்: இதுதான் தோராவின் ஒட்டுமொத்தச் சாரம்; மற்றவை எல்லாம் வெறும் வர்ணனையே."

அதன் மூலம், யூத மதகுரு ஹில்லெல் தன்னுடைய காலகட்டத்தின் மாபெரும் ஞானியாகக் கருதப்பட்டார்.

மக்தூப்

நாடக ஆசிரியர் ஜார்ஜ் பெர்னார்டு ஷா, தன்னுடைய நண்பரும் சிற்பியுமான ஜேக்கப் எப்ஸ்டைனின் வீட்டில் ஒரு பெரிய கருங்கல்லைப் பார்த்தபோது, இவ்வாறு கேட்டார்:

"அந்தக் கருங்கல்லைக் கொண்டு நீ என்ன செய்யப் போகிறாய்?"

"இதுவரை எனக்குத் தெரியாது. நான் இன்னும் திட்டங்கள் வகுத்துக் கொண்டிருக்கிறேன்."

"நீ உன் வேலையைத் திட்டமிடுவதாகக் கூறுகிறாயா? ஏன்? ஒரு நாளில் பல முறை நான் என் மனத்தை மாற்றிக் கொள்கிறேன்," என்று ஷா கூறினார்.

"ஒரு நான்கு அவுன்ஸ் கையெழுத்துப் பிரதிக்கு வேண்டுமானால் அது சரிப்பட்டு வரலாம், ஆனால் ஒரு நான்கு டன் கல்லுக்கு அது சரிப்படாது," என்று அந்தச் சிற்பி பதிலளித்தார்.

அந்த ஆசான் இவ்வாறு கூறுகிறார்:

நம்முடைய சொந்த வேலையை எவ்வாறு மேம்படுத்துவது என்பதை நாம் எல்லோரும் அறிவோம். செய்வதற்கு ஓர் உண்மையான பணியைக் கொண்ட ஒருவரால் மட்டுமே அதிலுள்ள சிரமங்களைப் புரிந்து கொள்ள முடியும்.

மடாதிபதி ஜூவோ பெக்வீனோ இவ்வாறு யோசித்தார்: "வேறு எதுவும் செய்யாமல் எப்போதும் கடவுளின் மகிமையைப் பற்றி மட்டுமே சிந்தித்துக் கொண்டிருக்கின்ற தேவதூதர்களைப்போல நான் இருந்தாக வேண்டும்." அன்றிரவு, அவர் ஸ்கெட்டிஸ் மடத்திலிருந்து வெளியேறி, பாலைவனத்திற்குள் சென்றார்.

ஒரு வாரம் கழித்து அவர் தன் மடத்திற்குத் திரும்பினார். அந்த மடத்தினுள் வாசற்கதவருகே நின்ற துறவி, அந்த மடாதிபதி கதவைத் தட்டும் சத்தத்தைக் கேட்டுவிட்டு, அது யாரென்று கேட்டார்.

"இது மடாதிபதி ஜூவோ," என்று அந்த மடாதிபதி பதிலளித்தார். "எனக்குப் பசிக்கிறது."

"அது சாத்தியமே இல்லை," என்று அந்தத் துறவி கூறினார். "மடாதிபதி ஜூவோ பாலைவனத்தில் இருக்கிறார். அவர் ஒரு தேவதூதராக மாற்றப்பட்டுக் கொண்டிருக்கிறார். அவர் இனியும் பசியை உணர்வதில்லை. எனவே, அவர் எந்த வேலையும் செய்ய வேண்டிய அவசியமில்லை."

"என்னுடைய இறுமாப்பை மன்னித்துவிடுங்கள்," என்று அந்த மடாதிபதி கூறினார். "தேவதூதர்கள் மனிதர்களாகிய நமக்கு உதவுகின்றனர். அதுதான் அவர்களுடைய வேலை. அதனால்தான் அவர்கள் கடவுளின் மகிமையைப் பற்றிச் சிந்திக்கின்றனர். என்னுடைய அன்றாட வேலைகளைச்

செய்வதன் மூலம், என்னாலும் கடவுளின் மகிமையைப் பற்றிச் சிந்திக்க முடியும்."

இந்த அடக்கமான வார்த்தைகளை அந்தத் துறவி கேட்டபோது, அவர் அந்த மடத்தின் கதவைத் திறந்தார்.

மனிதன் கண்டுபிடித்துள்ள பெரும் சக்திவாய்ந்த பேரழிவு ஆயுதங்களில் மிகவும் கொடூரமான, மிகவும் கோழைத்தனமான ஆயுதம் வார்த்தைதான்.

கத்திகளும் துப்பாக்கிகளும் இரத்தக்கறைகளை விட்டுச்செல்கின்றன. குண்டுகள் கட்டடங்களையும் வீதிகளையும் அழிக்கின்றன. விஷத்தை எப்போதும் கண்டறிய முடியும்.

அந்த ஆசான் இவ்வாறு கூறுகிறார்:

வார்த்தைகளால் அழிக்க முடியும், ஆனால் அவை எந்தத் தடயத்தையும் விட்டுச் செல்வதில்லை. குழந்தைகள் ஆண்டுக்கணக்கில் அவர்களுடைய பெற்றோர்களால் கட்டுப்படுத்தப்படுகின்றனர், ஆண்கள் ஈவு இரக்கமின்றி விமர்சிக்கப்படுகின்றனர், பெண்கள் அவர்களுடைய கணவன்மார்களின் விமர்சனங்களால் ஒரு திட்டமிட்ட முறையில் வதைக்கப்படுகின்றனர். கடவுளின் குரலைத் தங்களால் மட்டுமே புரிந்து கொள்ள முடியும் என்று நம்புகின்றவர்கள், சாதாரண பக்தர்கள் கடவுளை நெருங்க முடியாதபடி பார்த்துக் கொள்கின்றனர்.

நீங்கள் இந்த ஆயுதத்தைப் பயன்படுத்திக் கொண்டிருக்கிறீர்களா? இந்த ஆயுதம் உங்களுக்கு எதிராகப் பயன்படுத்தப்பட்டுக் கொண்டிருக்கிறதா? அப்படியானால், இவ்விரண்டு விஷயங்களில் எதுவும் நிகழ அனுமதிக்காதீர்கள்.

மக்தூப்

கேரன் வில்லியம்ஸ் மிக விநோதமான ஒரு சூழ்நிலையை விவரிக்க முயற்சிக்கிறார்:

"வாழ்க்கை கச்சிதமானதாக இருப்பதாக நாம் கற்பனை செய்து கொள்ளலாம். ஒரு கச்சிதமான உலகத்தில் நீங்கள் வாழ்ந்து கொண்டிருக்கிறீர்கள்: கச்சிதமான மனிதர்கள் உங்களுடன் இருக்கிறார்கள்; நீங்கள் விரும்புகின்ற அனைத்தும் உங்கள் வசம் இருக்கின்றன; எல்லோரும் எல்லாவற்றையும் கச்சிதமாகவும் சரியான நேரத்திலும் செய்து கொண்டிருக்கின்றனர். இந்த உலகத்தில், நீங்கள் கனவு கண்டிருந்ததைப்போலவே, நீங்கள் கைவசப்படுத்த ஆசைப்படக்கூடிய அனைத்தும் உங்களிடம் இருக்கின்றன. ஆனால், நீங்கள் எவற்றைக் கைவசப்படுத்த விரும்புகிறீர்களோ, அவை மட்டுமே உங்களுக்குக் கிடைக்கின்றன. நீங்கள் எவ்வளவு காலம் வாழ விரும்புகிறீர்களோ, அவ்வளவு காலம் உங்களால் வாழ முடியும்.

"ஒரு நூறு அல்லது இருநூறு ஆண்டுகளுக்குப் பிறகு, இயற்கை எழில் சூழ்ந்த ஓர் இடத்தில், மிகத் தூய்மையான ஒரு பெஞ்சில் நீங்கள் அமர்ந்து கொண்டு, இவ்வாறு சிந்திப்பதாகக் கற்பனை செய்யுங்கள்: 'என்னவொரு சலிப்பூட்டும் வாழ்க்கை! உற்சாகம் எங்கே காணாமல் போனது?'

“அக்கணத்தில், ஒரு சிவப்புப் பொத்தான் உங்கள் முன் இருப்பதை நீங்கள் கவனிக்கிறீர்கள். அதில் இவ்வாறு எழுதப்பட்டுள்ளது: எதிர்பாராத ஆச்சரியம்!

“அந்த வார்த்தைகளின் பொருள் என்னவாக இருக்கும் என்று ஆழ்ந்து சிந்தித்துவிட்டு நீங்கள் அந்தப் பொத்தானை அழுத்துகிறீர்களா? அதிலென்ன சந்தேகம்? பிறகு நீங்கள் ஓர் இருண்ட சுரங்கப்பாதைக்குள் நுழைகிறீர்கள். அதன் மறுபக்கத்திலிருந்து நீங்கள் வெளியே வரும்போது, இக்கணத்தில் நீங்கள் வாழ்ந்து கொண்டிருக்கின்ற உலகிற்குள் நீங்கள் அடியெடுத்து வைத்திருப்பதை நீங்கள் காண்கிறீர்கள்.”

மக்தூப்

ஒரு பாலைவனச்சோலையிலிருந்து இன்னொரு பாலைவனச்சோலைக்கு இடம்பெயர்வதற்காகத் தன்னுடைய ஒட்டகத்தின்மீது தன்னுடைய பொருட்களை ஏற்றிக் கொண்டிருந்த ஒருவனைப் பற்றி ஒரு பழங்காலப் பாலைவனக் கதை கூறுகிறது. கம்பளங்கள், சமையல் பாத்திரங்கள், பெட்டி நிறைய ஆடைகள் ஆகியவற்றை அவன் அந்த ஒட்டகத்தின்மீது ஏற்றினான். இவ்வளவையும் தாங்கிக் கொண்டு அந்த ஒட்டகம் நிலையாக நின்றது. அவன் அங்கிருந்து புறப்படவிருந்த நேரத்தில், முன்பு ஒரு முறை அவனுடைய தந்தை அவனுக்குக் கொடுத்திருந்த ஓர் அழகான நீல இறகு அவனுடைய நினைவுக்கு வந்தது.

அவன் திரும்பிச் சென்று அதை எடுத்து வந்து, அதையும் தன் ஒட்டகத்தின் சுமையோடு சேர்த்தான்.

மறுகணம், எடை தாங்காமல் அந்த ஒட்டகம் நிலை குலைந்து கீழே விழுந்து இறந்துவிட்டது.

"என் ஒட்டகத்திற்கு ஓர் இறகின் எடை மிகவும் அதிகம்போலும்," என்று அந்த மனிதன் நினைத்திருக்கக்கூடும்.

சில நேரங்களில், நமக்கு நெருக்கமானவர்களைப் பற்றியும் நாம் இதே விதத்தில்தான் நினைக்கிறோம். நாம் நகைச்சுவை என்று நினைத்துக் கொண்டு சொல்கின்ற ஏதோ ஒரு கருத்து அல்லது விமர்சனம் அந்த ஒட்டகத்தின் முதுகை ஒடிக்கக்கூடிய துரும்பாக இருக்கக்கூடும் என்பதைப் புரிந்து கொள்ள நாம் தவறிவிடுகிறோம்.

அந்தப் பயணி மயாமி துறைமுகத்தை வெறுமனே பார்த்துக் கொண்டிருக்கும்போது, யாரோ ஒருவர் அவரிடம், “சில நேரங்களில், மக்கள் திரைப்படங்களில் தாங்கள் பார்ப்பவற்றுக்கு மிகவும் பழக்கப்பட்டுவிடுவதால், உண்மையான கதையை அவர்கள் மறந்துவிடுகின்றனர்,” என்று கூறுகிறார். “ ‘த டென் கமான்ட்மென்ட்ஸ்’ திரைப்படம் உங்களுக்கு நினைவிருக்கிறதா?”

“நன்றாக நினைவிருக்கிறது. ஒரு கட்டத்தில், மோசஸாக நடிப்பவர் தன்னுடைய கைத்தடியை உயர்த்திப் பிடிக்கிறார், அப்போது கடல் பிரிந்து வழிவிடுகிறது, ஹீப்ரூ மக்கள் அந்த செங்கடலைக் கடக்கின்றனர்,” என்று அந்தப் பயணி கூறுகிறார்.

“பைபிளில் அது வேறு விதமாகச் சொல்லப்பட்டுள்ளது,” என்று அந்த இன்னொரு நபர் கூறுகிறார். “பைபிளில், ‘முன்னோக்கிச் செல்லும்படி இஸ்ரேலின் குழந்தைகளிடம் கூறு,’ என்று கடவுள்தான் மோசஸுக்குக் கட்டளையிடுகிறார். அம்மக்கள் நடக்கத் தொடங்கிய பிறகுதான் மோசஸ் தன் கைத்தடியை உயர்த்தி அந்தச் செங்கடலைப் பிரிக்கிறார். ஏனெனில், ஒரு பாதையைப் பின்பற்றிச் செல்வதற்கான துணிச்சலைப் பெற்றிருப்பதன் மூலமாக மட்டுமே அந்தப் பாதை தன்னைத் தானே வெளிப்படுத்திக் கொள்ளும்.”

மக்தூப்

செல்லோ இசைக் கலைஞரான பாப்லோ கசல்ஸ் எழுதிய வார்த்தைகள் இவை:

"ஒவ்வொரு நாளும் நான் மீண்டும் பிறக்கிறேன். ஒவ்வொரு நாளும் நான் மீண்டும் முதலிலிருந்து தொடங்கியாக வேண்டும். கடந்த எண்பது ஆண்டுகளாக, நான் ஒவ்வொரு நாளையும் அதே விதத்தில்தான் தொடங்கியிருக்கிறேன். இது ஓர் இயந்திரத்தனமான வழக்கமல்ல, மாறாக, இது என்னுடைய அன்றாட வாழ்க்கைக்கு இன்றியமையாத ஒன்று. நான் பியானோவின் முன்னால் உட்கார்ந்து, இசை மேதையான பாக்கின் இசையை வாசிக்கிறேன். அது என் வீட்டிற்கான ஒரு வகையான ஆசிர்வாதமாகும். அதோடு, அது, வாழ்க்கையின் மர்மத்துடனும், மனித இனத்தின் ஒரு பகுதியாக இருத்தல் என்ற அதிசயத்துடனும் மீண்டும் தொடர்பு ஏற்படுத்திக் கொள்வதற்கான ஒரு வழியும்கூட. இதை நான் எண்பது ஆண்டுகளாகச் செய்து வந்திருந்தும்கூட, நான் வாசிக்கின்ற இசை ஒருபோதும் ஒரே மாதிரி இருப்பதில்லை; புதிய, அற்புதமான, நம்புதற்கரிய எதையேனும் அது எனக்கு எப்போதும் கற்றுக் தருகிறது."

அந்த ஆசான் இவ்வாறு கூறுகிறார்:

ஒரு புறம், கடவுளைத் தேடிச் செல்வது முக்கியம் என்பதை நாம் அறிந்திருக்கிறோம். மறுபுறம், வாழ்க்கை நம்மை அவரிடமிருந்து வெகுதூரம் அழைத்துச் சென்றுவிடுகிறது. அவர் நம்மைக் கண்டுகொள்ளாமல் இருப்பதாக நாம் உணர்கிறோம். அல்லது, நாம் நம்முடைய அன்றாட வாழ்வில் நம்மை முழுவதுமாகத் தொலைத்துவிடுகிறோம். இது நமக்குக் குற்றவுணர்வை ஏற்படுத்துகிறது: ஒன்று, கடவுளுக்காக நாம் நம்முடைய வாழ்க்கையை மிக அதிகமாக விட்டுக்கொடுத்துக் கொண்டிருக்கிறோம், அல்லது, நம்முடைய வாழ்க்கைக்காகக் கடவுளை மிக அதிகமாக விட்டுக்கொடுத்துக் கொண்டிருக்கிறோம் என்று நாம் நினைக்கிறோம்.

இந்த வெளிப்படையான இரட்டைச் சிந்தனை ஒரு கற்பனையாகும். வாழ்வில் கடவுள் இருக்கிறார், கடவுளில் வாழ்க்கை இருக்கிறது. நம்முடைய விதியைப் பற்றிய ஒரு சிறப்பான புரிதலைப் பெறுவதற்கு இதை மட்டும் நாம் உணர்ந்து கொண்டால் போதும். நம்முடைய அன்றாட வாழ்வின் புனிதமான நல்லிணக்கத்துடன் நாம் தொடர்பில் இருக்கும்வரை, நாம் எப்போதும் சரியான பாதையில் பயணித்துக் கொண்டிருப்போம், நம்முடைய பணிகளையும் நம்மால் முழுமையாக நிறைவேற்ற முடியும்.

பாப்லோ பிக்காஸோ இவ்வாறு கூறினார்:

"கடவுள் ஒரு கலைஞர். அவர் ஒட்டகச்சிவிங்கியையும் யானையையும் எறும்பையும் படைத்தார். அவர் ஒருபோதும் ஒரு பாணியைப் பின்பற்ற முயற்சிக்கவில்லை. என்ன செய்ய வேண்டும் என்று அவருக்குத் தோன்றியதோ, அதை அவர் செய்து கொண்டிருந்தார், அவ்வளவுதான்."

அந்த ஆசான் இவ்வாறு கூறுகிறார்:

நாம் நம்முடைய பாதையைப் பின்தொடரும்போது, பயம் நம்மை ஆட்கொண்டிருக்கும்; எல்லாவற்றையும் கச்சிதமாகச் செய்ய நாம் கடமைப்பட்டுள்ளோம் என்ற உணர்வு நம்முள் முளைக்கும். நம் ஒவ்வொருவருக்கும் நம்முடைய சொந்த, தனித்துவமான வாழ்க்கை இருக்கும்போது, கச்சிதம் என்ற யோசனை எங்கிருந்து வருகிறது? கடவுள் ஒட்டகச்சிவிங்கியையும் யானையையும் எறும்பையும் படைத்தார். அப்படியானால், நாம் மட்டும் ஏன் ஒரு குறிப்பிட்டப் பாணியைக் கடைபிடிக்க வேண்டும்?

அந்தப் பாணி, மற்றவர்கள் தங்களுடைய சொந்த எதார்த்தங்களை எவ்வாறு வரையறுக்கிறார்கள் என்பதைக் காட்ட மட்டுமே உதவுகிறது. பல நேரங்களில், நாம் அந்த மற்றப் பாணிகளைக் கண்டு பிரமிக்கிறோம். மற்றவர்கள் செய்கின்ற அதே தவறுகளைச் செய்வதைத் தவிர்ப்பது பல சமயங்களில் நமக்குச் சாத்தியமற்றதாக இருக்கிறது. வாழ்தல் என்று வரும்போது, நம்மால் மட்டுமே அதைச் செய்ய முடியும்.

பாலோ கொயலோ

மதப்பற்று கொண்ட யூதர்கள் பலர் ஒரு யூதக் கோவிலில் ஒன்றுகூடிப் பிரார்த்தனை செய்து கொண்டிருந்தபோது, ஒரு சிறுவனின் குரல், “ஏ, பி, சி, டி…” என்று சொல்லிக் கொண்டிருந்தது அவர்களுக்குக் கேட்டது.

அவர்கள் தங்களுடைய புனித வசனங்கள்மீது தங்கள் கவனத்தைக் குவிக்க முயன்றனர், ஆனால் அந்தக் குரல் தொடர்ந்து, “ஏ, பி, சி, டி…” என்று சொல்லிக் கொண்டிருந்தது.

இறுதியில், அவர்கள் பிரார்த்திப்பதை நிறுத்திவிட்டுப் பின்னால் திரும்பிப் பார்த்தபோது, அங்கு ஒரு சிறுவன், “ஏ, பி, சி, டி…” என்று மீண்டும் மீண்டும் சொல்லிக் கொண்டிருந்ததை அவர்கள் கண்டனர்.

மதகுரு அச்சிறுவனிடம் சென்று, “நீ ஏன் இப்படிச் செய்து கொண்டிருக்கிறாய்?” என்று கேட்டார்.

“ஏனெனில், புனித வசனங்கள் எனக்குத் தெரியாது. நான் எழுத்துகளை மீண்டும் மீண்டும் கூறினால், கடவுள் அவற்றைக் கொண்டு சரியான வார்த்தைகளை உருவாக்கிக் கொள்வார் என்று நான் நம்பினேன்,” என்று அச்சிறுவன் பதிலளித்தான்.

இதைக் கேட்டு நெகிழ்ந்த அந்த மதகுரு, “அந்தப் பாடத்தைக் கற்றுக் கொடுத்ததற்கு உனக்கு மிக்க நன்றி,” என்று கூறினார். “மொழியின் எழுத்துகளை நீ கடவுளுக்குக்

மக்தூப்

கொடுக்கின்ற அதே விதத்தில் இந்த பூமியில் நான் வாழ்கின்ற நாட்களை என்னால் கடவுளுக்குக் கொடுக்க முடிய வேண்டும் என்று மட்டுமே நான் விரும்புகிறேன்."

அந்த ஆசான் இவ்வாறு கூறுகிறார்:

நம் அனைவரிடத்திலும் குடிகொண்டுள்ள கடவுளின் ஆன்மாவை ஒரு திரையரங்கின் திரை என்று வர்ணிக்கலாம். பல்வேறு சூழ்நிலைகள் அதில் தோன்றுகின்றன, மக்கள் காதலில் விழுகின்றனர், மக்கள் பிரிகின்றனர், பொக்கிஷங்கள் கண்டெடுக்கப்படுகின்றன, தொலைதூர நாடுகள் நம் பார்வைக்கு வருகின்றன.

எந்தத் திரைப்படம் காட்டப்பட்டுக் கொண்டிருக்கிறது என்பது ஒரு பொருட்டல்ல: திரை மட்டும் அதேதான். கண்ணீர் வடிக்கப்பட்டாலும் சரி, இரத்தம் சிந்தப்பட்டாலும் சரி, அது ஒரு பொருட்டல்ல. ஏனெனில், திரையின் வெண்மையை எதுவொன்றாலும் கறைபடுத்த முடியாது.

அந்தத் திரைப்படத் திரையைப்போல, வாழ்வின் அனைத்துத் துயரங்களுக்கும் பரவசத்திற்கும் பின்னால் கடவுள் இருக்கிறார். திரைப்படம் முடியும்போது நாம் அவரைப் பார்ப்போம்.

ஒரு வில்லாளன், தன்னுடைய கண்டிப்பான போதனைகளுக்குப் பெயர்போன ஓர் இந்து மடத்தைச் சுற்றி வந்து கொண்டிருந்தபோது, அந்த மடத்தின் தோட்டத்தில் துறவிகள் குடித்துக் கொண்டு குதூகலமாக இருந்ததை அவன் கண்டான்.

"என்னவொரு போலித்தனம்! கடவுளின் பாதையைத் தேடுபவர்கள் ஒழுங்கு எவ்வளவு முக்கியம் என்று கூறுகின்றனர், ஆனால் தனியாக இருக்கும்போது, அவர்கள் குடிபோதையில் மிதக்கிறார்கள்!" என்று அவன் உரக்கக் கூறினான்.

அந்தத் துறவிகளில் மிகவும் மூத்தவர், அந்த வில்லாளனிடம், "நீ அடுத்தடுத்து ஒவ்வொன்றாக ஒரு நூறு அம்புகளை எய்தால், உன் வில்லுக்கு என்ன நிகழும்?" என்று கேட்டார்.

"என் வில் முறிந்துவிடும்," என்று அந்த வில்லாளன் கூறினான்.

"ஒருவர் தன்னுடைய சொந்த வரம்புகளுக்கு அப்பால் செல்லும்போது, அது அவருடைய மன உறுதியை முறித்துவிடும். வேலைக்கும் ஓய்வுக்கும் இடையே ஒரு சமநிலையை உன்னால் கண்டுபிடிக்க முடியாவிட்டால், நீ உன் உற்சாகத்தையும் உன் வழியையும் தொலைத்துவிடுவாய்," என்று அந்தத் துறவி கூறினார்.

ஓர் அரசன், கையெழுத்திடப்பட வேண்டிய ஓர் அமைதி உடன்படிக்கையை ஒரு தூதுவனிடம் கொடுத்து ஒரு தொலைதூர நாட்டுக்கு அவனை அனுப்பி வைத்தான். அந்தத் தூதுவன், அந்நாட்டுடன் முக்கிய வணிகப் பரிவர்த்தனைகள் மேற்கொண்டிருந்த தன்னுடைய நண்பர்கள் சிலரிடம் தன்னுடைய பயணத்திற்கான காரணத்தை வெளிப்படுத்தினான். தங்களுடன் ஒரு சில நாட்கள் தங்கும்படி அவர்கள் அந்தத் தூதுவனிடம் கூறினர். அந்த அமைதி உடன்படிக்கையின் காரணமாக, அவர்கள் புதிய உத்தரவுகளை அனுப்பி வைத்து, தங்களுடைய வணிக உத்தியை மாற்றினர்.

அந்தத் தூதுவன் இறுதியில் தன் பயணத்தைத் துவக்கியபோது, அந்த அமைதி உடன்படிக்கைக்கு ஏற்கனவே காலம் கடந்திருந்தது. போர் வெடித்திருந்தது. அந்த அரசனின் திட்டங்களும், அந்தத் தூதுவனைத் தாமதப்படுத்திய அந்தத் வணிகர்களின் திட்டங்களும் தவிடுபொடியாயின.

அந்த ஆசான் இவ்வாறு கூறுகிறார்:

நம் வாழ்வில் நாம் செய்ய வேண்டிய ஒரே ஒரு முக்கியமான விஷயம் மட்டுமே உள்ளது. நம்முடைய தனிப்பட்டக் கனவை நனவாக்குவதும், நமக்குக் கொடுக்கப்பட்டுள்ள பணியை நிறைவேற்றுவதும்தான்

மக்தூப்

அது. ஆனால், இறுதியில் நாம் எப்போதும் அர்த்தமற்ற வேலைகளால் திக்குமுக்காடி, கடைசியில் நம்முடைய கனவுகளை அழித்துவிடுகிறோம்.

அந்தப் பயணி சிட்னியில் இருக்கிறார். அந்நகரின் இரண்டு பகுதிகளை இணைக்கின்ற பாலத்தை அவர் பார்த்துக் கொண்டிருக்கிறார். அப்போது ஓர் ஆஸ்திரேலியர் அவரிடம் வந்து, செய்தித்தாளில் இருந்த ஒரு விளம்பரத்தைத் தனக்குப் படித்துக் காட்டும்படி அவரிடம் கேட்கிறார்.

"இது மிகவும் சிறிய எழுத்துகளில் இருப்பதால் என்னால் படிக்க முடியவில்லை. என்னுடைய மூக்குக்கண்ணாடியை நான் மறந்து வீட்டில் விட்டுவிட்டு வந்துவிட்டேன்," என்று அந்த ஆஸ்திரேலியர் கூறுகிறார்.

அந்தப் பயணியும் தன்னுடைய மூக்குக்கண்ணாடியை வீட்டில் விட்டுவிட்டு வந்துள்ளார். அதற்காக அவர் அந்த ஆஸ்திரேலியரிடம் மன்னிப்புக் கேட்கிறார். ஒரு சிறு இடைவெளிக்குப் பிறகு அந்த ஆஸ்திரேலியர் இவ்வாறு கூறுகிறார்:

"விளம்பரத்தைப் பற்றி மறந்துவிடுவதுதான் நல்லது."

பிறகு, அந்த உரையாடலைத் தொடர விரும்புகின்ற அவர், இவ்வாறு கூறுகிறார்:

"இவ்விஷயத்தில் நாம் மட்டும் தனியாக இல்லை. கடவுளும் மோசமான கண் பார்வையால் துன்புறுகிறார். அவருக்கு வயதாகிவிட்டது அதற்குக் காரணமல்ல, மாறாக, அவர் அவ்வாறு இருப்பதைத் தேர்ந்தெடுக்கிறார். அதன் விளைவாக, அவருக்கு நெருக்கமான யாரேனும் ஏதேனும் தவறு செய்யும்போது, திடீரென்று தன்னால் சரியாகப் பார்க்க முடியவில்லை என்பதை அவர் காண்கிறார். எனவே,

---

அவர் நியாயமின்றி நடந்து கொள்ள விரும்பாததால், இறுதியில் அவர் அவர்களை மன்னித்துவிடுகிறார்."

"மக்கள் செய்கின்ற நல்ல காரியங்கள் குறித்து அவர் என்ன செய்கிறார்?" என்று அந்தப் பயணி கேட்கிறார்.

அந்த ஆஸ்திரேலியர் சிரித்துக் கொண்டே, "கடவுள் தன்னுடைய மூக்குக்கண்ணாடியை ஒருபோதும் வீட்டில் விட்டுவிட்டு வருவதில்லை," என்று கூறிவிட்டு அங்கிருந்து போய்விடுகிறார்.

“பிரார்த்தனையைவிட அதிக முக்கியமானது வேறு ஏதேனும் இருக்கிறதா?” என்று ஒரு சீடன் தன் ஆசானிடம் கேட்டான்.

அருகிலிருந்த ஒரு மரத்திடம் சென்று, அதன் ஒரு கிளையை வெட்டும்படி அந்த ஆசான் அவனிடம் கூறினார். அந்தச் சீடனும் அதற்குக் கீழ்ப்படிந்தான்.

“அந்த மரம் இன்னும் உயிரோடு இருக்கிறதா?” என்று அந்த ஆசான் கேட்டார்.

“முன்பு இருந்ததைப்போலவே அது உயிரோடுதான் இருக்கிறது,” என்று அந்தச் சீடன் கூறினான்.

“மீண்டும் அங்கே சென்று அந்த மரத்தின் வேர்களை வெட்டியெறி,” என்று அந்த ஆசான் கூறினார்.

“நான் அவ்வாறு செய்தால், அந்த மரம் செத்துவிடும்,” என்று அந்தச் சீடன் கூறினான்.

“பிரார்த்தனைகள் ஒரு மரத்தின் கிளைகளாகும். அதன் வேர்கள் ‘இறைநம்பிக்கை’ என்று அழைக்கப்படுகின்றன. பிரார்த்தனை இல்லாமல் இறைநம்பிக்கை இருப்பது சாத்தியம், இறைநம்பிக்கை இல்லாமல் பிரார்த்தனை இருப்பது சாத்தியமில்லை,” என்று அந்த ஆசான் கூறினார்.

மக்தூப்

அவிலா நகரைச் சேர்ந்த புனித தெரேசா இவ்வாறு எழுதினார்:

"ஒன்றை நினைவில் வைத்துக் கொள்ளுங்கள்: கடவுள் நம் அனைவருக்கும் அழைப்பு விடுக்கிறார்; மேலும், உண்மையே அவர்தான் என்பதால், நம்மால் அவரைச் சந்தேகிக்க முடியாது. 'தாகத்தோடு இருப்பவர்கள் என்னிடம் வாருங்கள், நீங்கள் பருகுவதற்கு நான் தருகிறேன்,' என்று அவர் கூறினார். அவருடைய அழைப்பு ஒரு பொதுவான அழைப்பாக இல்லாதிருந்திருந்தால், அவர் இவ்வாறு கூறியிருக்கக்கூடும்: 'எல்லோரும் வாருங்கள். ஏனெனில், என்னிடம் வருவதால் நீங்கள் எதையும் இழக்க மாட்டீர்கள். யாரெல்லாம் தகுதியானவர்கள் என்று நான் நினைக்கிறேனோ, அவர்கள் பருகுவதற்கு நான் தருவேன்.' ஆனால், இந்த நிபந்தனையை விதிக்காமல் அவர் நம் எல்லோருக்கும் அழைப்பு விடுத்ததால், உண்மையின் பாதையில் தொடர்ந்து செல்ல முடியாதவர்களாக இருந்தாலொழிய, இந்த ஜீவ நீரைப் பெறுவதற்கு யாரும் தவற மாட்டார்கள் என்று நான் உறுதியாக நம்புகிறேன்."

ஜென் துறவிகள் தியானம் செய்யும்போது, அவர்கள் ஒரு பாறையின் முன்னால் உட்கார்கின்றனர். "இப்போது இந்தப் பாறை சிறிதளவு வளர்வதற்காக நான் காத்திருப்பேன்," என்று அவர்கள் நினைக்கின்றனர்.

அந்த ஆசான் இவ்வாறு கூறுகிறார்:

நம்மைச் சுற்றிலும் உள்ள அனைத்துமே தொடர்ந்து மாறிக் கொண்டிருக்கின்றன. ஒவ்வொரு நாளும், சூரியன் ஒரு புதிய உலகத்திற்கு ஒளியூட்டுகிறது. வழக்கமானவை என்று நாம் அழைக்கின்ற ஒன்று, புதிய யோசனைகளாலும் வாய்ப்புகளாலும் நிரம்பியுள்ளது, ஆனால் ஒவ்வொரு நாளும் முந்தைய நாளிலிருந்து வேறுபட்டது என்பதை நாம் கவனிப்பதில்லை.

இன்று, எங்கோ ஒரு பொக்கிஷம் உங்களுக்காகக் காத்திருக்கிறது. அது ஒரு சிறு புன்னகையாக இருக்கலாம் அல்லது ஒரு பெரிய வெற்றியாக இருக்கலாம் – அது ஒரு பொருட்டே அல்ல. வாழ்க்கையானது சிறிய மற்றும் பெரிய அதிசயங்களால் ஆனது. எதுவுமே சலிப்பு ஏற்படுத்துவதில்லை, ஏனெனில் எல்லாமே தொடர்ந்து மாறிக் கொண்டிருக்கிறது. இவ்வுலகில் சோர்வு எதுவும் இல்லை; உலகத்தை நாம் பார்க்கும் விதத்தில் மட்டுமே அது உள்ளது.

டி.எஸ். எலியட் எழுதியதுபோல, "தேடலாய்வு மேற்கொள்வதை நாம் ஒருபோதும் நிறுத்தப் போவதில்லை. நம்முடைய அனைத்துத் தேடலாய்வும், இறுதியில்,

நாம் தொடங்கிய இடத்திற்கே நம்மைக் கொண்டுவந்து சேர்க்கும்; அந்த இடத்தை நாம் முதன்முறையாகப் பார்ப்பதுபோல முற்றிலும் புதியதொரு கண்ணோட்டத்தில் நாம் பார்ப்போம்.”

பாலோ கொயலோ

நாகலட்சுமி சண்முகம்

மொழிபெயர்ப்பாளர்

நாகலட்சுமி ஒரு தலைசிறந்த பேச்சாளர் மற்றும் மொழிபெயர்ப்பாளர் ஆவார். கடந்த 14 ஆண்டுகளில் 95 நூல்கள் இவருடைய மொழிபெயர்ப்பில் வெளிவந்துள்ளன.

இவருடைய மொழிபெயர்ப்புகளுக்குக் கிடைத்துள்ள சில அங்கீகாரங்களில், 'சேப்பியன்ஸ்–மனிதகுலத்தின் ஒரு சுருக்கமான வரலாறு' நூலுக்காகத் திருப்பூர் தமிழ்ச் சங்கம் வழங்கிய விருதும், 'இறுதிச் சொற்பொழிவு' நூலுக்காக 'நல்லி திசையெட்டும் விருதும்', தமிழக அரசு வழங்கிய 'சிறந்த மொழிபெயர்ப்பாளர்' விருதும் அடங்கும்.

தம்பதியருக்கு இடையேயான உறவுகளை மேம்படுத்துவதற்கு இவர் எழுதிய 'மகிழ்ச்சியான மணவாழ்க்கை – மறந்து போன ரகசியங்கள்' என்ற நூல் இவருடைய முதல் சுயபடைப்பாகும்.

தமிழ் நாடகத் துறையின் முன்னோடி மேதைகளான டி.கே.எஸ். சகோதரர்களில் ஒருவரான திரு முத்துசாமி அவர்களின் பேத்திகளில் ஒருவர் இவர். இவருடைய கணவர் *PSV* குமாரசாமியும் ஒரு சிறந்த மொழிபெயர்ப்பாளர் என்பது குறிப்பிடத்தக்கது. இவர் தற்போது தன் கணவருடனும் தன் குழந்தைகள் இருவருடனும் மும்பையில் வசித்து வருகிறார்.

நாகலட்சுமியைப் பற்றி மேலும் அறிந்து கொள்ளவும், அவரை மின்னஞ்சல் வழியாகத் தொடர்பு கொள்ளவும் *NagalakshmiShanmugam.com* என்ற அவருடைய வலைத்தளத்தை அணுகலாம்.